ஸ்ரீ சி'ர்டீ ஸாயி

ஆரத்தீ மற்றும் ச்'லோகங்கள்

(ஸஹஸ்ர நாமாவளி, அஷ்டோத்தர ச'த நாமாவளியுடன்)

கிரி

கிரி டிரேடிங் ஏஜென்ஸி பிரைவேட் லிமிடெட்

SRI SHIRDI SAI ARATI & SHLOKAS
(Tamil)
ISBN : 978-81-7950-597-7

1st Edition : 2013 | 10th Reprint: May 2022
Pages 112 | Crown 1/8 | N.S. Maplitho | 1000 Copies

Published by : GIRI TRADING AGENCY PRIVATE LIMITED
© Publisher | All rights reserved.

Regd. Office : Modi Niwas, Opp.Post Office, Matunga, Mumbai - 19. ✆ (022) 2412 1344
Admn. Office: No.372/1, Mangadu Pattur Koot Road, Mangadu, Chennai - 600 122.
✆ +91 44 66 93 93 93 (Multiple Lines), +91 44 2679 3190, 3100
www.giri.in ✉ sales@giri.in

SHOWROOMS :
MUMBAI - CHENNAI - KANCHIPURAM - COIMBATORE - MADURAI - TRICHY
PUDUCHERRY- KUMBAKONAM - HOSUR- SECUNDERABAD- HYDERABAD-
BANGALORE - NEW DELHI

பதிப்புரை

குரு என்பவர் நமக்குள் மண்டிக் கிடக்கும் அஞ்ஞானமென்னும் இருளை அகற்றி ஞானமென்னும் ஒளியை அளிப்பவர். வாழ்க்கையை நெறிப்படுத்தி நம்மை தீய சக்திகளிடமிருந்து காத்து, நமக்கு என்றும் அழியாத பேரின்பத்தை அளிப்பவர். ஆகவே தான் மாதா பிதா குரு தெய்வம் என்று ஆன்றோர் வரிசைப்படுத்தியுள்ளனர். நம் வாழ்க்கையில் நம் தாய் தந்தையரிடத்துக்கு சமமாகவும், கடவுளுக்கு முன்பாகவும் அதாவது குருவிற்கு பிறகுதான் கடவுளை கூறுகிறார்கள். அதாவது குரு காட்டும் மார்க்கத்தில் சென்றால் நாம் கடவுளை எளிதாக அடைய முடியும் என்பதே இதன் அர்த்தம். ஆகவேதான் கடவுளை அடைய நமக்கு நல்வழிகாட்டியாகவும், பாபா என்று சொல்லி முடிப்பதற்குள் நம் மனதறிந்து நமக்காக ஓடி வருபவராக இருப்பவர்தான் குரு ஸ்ரீ ஸாயிபாபா. நம் ஜாதகத்தில் எத்தகைய கோளாறு இருப்பினும் இவரை மனதால் நினைத்தாலே போதும் அது சரியாகிவிடும். அதுமட்டுமல்ல, அவரை நினைத்தால், நாம் நினைத்தது கைகூடும் என்று சொல்வதைவிட நமக்கு எது நல்லதோ, எதை அளித்தால் நம் வாழ்க்கை மேம்படுமோ அதை மட்டுமே நமக்கு அருளுபவர் இந்த குரு என்றால் அது மிகையாகாது. குருவினுடைய கடமை என்னவென்றால் ஒரு மாணவனை தன்வசப்படுத்தி அவன் எதில் வல்லவனோ அதில் அவனுக்கு தேர்ச்சி அளித்து அவனை புகழடைய செய்பவர். ஆதலால் தான் த்ரோணாசார்யார் பீமனை கதா யுத்தம் புரிவதில் வல்லவனாகவும். அர்ஜுனனை வில்வித்யை புரிவதில் வல்லவனாகவும் ஆக்கினார். அதேவிதமாக யுத்த பூமியில் அர்ஜுனனிற்கு குருவாக இருந்து இந்த உலகத்திற்கே கீதையை உபதேசித்தார் ஸ்ரீ க்ருஷ்ண பகவான். அதாவது இந்த வாழ்க்கை என்னும் போர்க்களத்தில் நாம் பல தீய சக்திகளை எப்படி

வெல்வது என்று அர்ஜுனனை போன்று குழம்பி நிற்கும் வேளையில் ஸ்ரீக்ருஷ்ணரைப் போல் நமக்கு உபதேசித்து நம்மை வாழவைக்கும் தெய்வம் இந்த பாபா. அதனால் தான் அவரை ஸத்குரு அதாவது ஆச்சார்யர்களுக்கெல்லாம் சிரேஷ்டமானவர் என்கிறோம். அத்தகைய பாபாவின் ஆரத்தி, அஷ்டோத்தர சத நாமாவளி, ஸஹஸ்ரநாமாவளி, ஸாயிசாலீஸா, சீரடியில் நடைபெறும் நான்கு வேளை ஆரத்திகள் என அனைத்தையும் ஒரே புத்தகத்தில் அளிப்பதில் எமது **கிரி** நிறுவனம் பெருமை கொள்கிறது. அனைவரும் பாபாவின் அனைத்து பூஜைகளும் கொண்ட இந்த புத்தகத்தை வாங்கி பாபாவின் ஆசிபெற வேண்டும் என்று ஸமர்த்த ஸத்குரு மஹராஜாவாகிய அந்த பாபாவை ப்ரார்த்திக்கிறோம்.

– பதிப்பகத்தார்

பொருளடக்கம்

1. ஸ்ரீ சி’ர்டீ ஸாயி காயத்ரீ மந்த்ரம் 9
2. ஸ்ரீ சி’ர்டீ ஸாயி த்யான மந்த்ரம் 9
3. ஸ்ரீ சி’ர்டீ ஸாயி த்யான ச்’லோகம் 10
4. ஸ்ரீ சி’ர்டீ ஸாயி உதி மந்த்ரம் 10
5. ஸ்ரீ சி’ர்டீ ஸாயி ஸ்துதி: 11
6. ஸ்ரீ சி’ர்டீ ஸாயி அஷ்டகம் 11
7. ஸ்ரீ சி’ர்டீ ஸாயி ப்ரார்த்தனா 12
8. ஸாயி சாலீஸா 14
9. ஸ்ரீ சி’ர்டீ ஸாயி அஷ்டோத்தர ச’த நாமாவளி: 22
10. ஸ்ரீ சி’ர்டீ ஸாயி ஸஹஸ்ரநாமாவளி: 26
11. உடா உடா ஸகள 70
12. கனச்’யாம் ஸுந்தரா 70
13. ஓம் ஜய் ஜகதீச்’ ஹரே 71
14. காகட ஆரத்தீ 73
    1. ஜோடுநியாகர (பூபாலீ) 73
    2. உடா பாண்டுரங்கா(பூபாலீ) 73
    3. உடா உடா ஸ்ரீ ஸாயிநாத (பூபாலீ) 74
    4. தர்ச’ன த்யா - உடா பாண்டுரங்கா 74
    5. பஞ்சாரதீ - கேவுனியா (அபங்க்) 75
    6. சின்மயரூபா - காகட ஆர்த்தீ 75
    7. பண்டரிநாதா - பக்தீசியா 76
    8. உடா ஸாதுஸந்த 76
    9. பஜன் - ஸாயிநாத குரு 77
    10. ஸ்ரீ ஸாயிநாத ப்ரபாதாஷ்டகம்
    - ப்ரபாத ஸமயீ (ப்ருத்வீ) 77

(vi)

11.	ஸாயி ரஹம் நஜர்	79
12.	ரஹம் நஜர் கரோ	79
12.	ஜனீபத் - துஜ காயதேவூ	79
13.	ஸ்ரீ ஸத்குருபாபா	80

15. மத்யாஹ்ன ஆரத்தீ 81

1. பஞ்சாரதீ - கேவுனியா (அபங்க்) 81
2. ஆரத்தீ ஸாயிபாபா 81
3. ஜயதேவ ஜயதேவ 82
4. சி'ர்ட மாஜே பண்டரபுர 83
5. காலீன லோடாங்கண 83
6. மந்த்ர புஷ்பம் - புஷ்பாஞ்ஜலீ 84
7. நமஸ்காராஷ்டகம் - அனந்தா துலா தே 85
8. ஜஸா யேயீ பாபா 86
9. ஸ்ரீ ஸாயிநாத மஹிம்ன ஸ்தோத்ரம்
   - ஸதா ஸத்ஸ்வரூபம் 87

16. மாலை ஆரத்தீ 90

1. ஆரத்தீ ஸாயிபாபா 90
2. சி'ர்ட மாஜே பண்டரிபுர 91
3. காலீன லோடாங்கண 91
4. நமஸ்காராஷ்டகம் - அனந்தா துலா தே 92
5. ஜஸா யேயீ பாபா 93
6. ஸ்ரீ ஸாயிநாத மஹிம்ன ஸ்தோத்ரம்
   - ஸதா ஸத்ஸ்வரூபம் 94
7. ஸ்ரீ குருப்ரஸாத யாசனா தச'கம்-ருஸோ மம .. 97
8. மந்த்ர புஷ்பம் - புஷ்பாஞ்ஜலீ 98

17. இரவு ஆரத்தீ 100

1. பாஞ்சாஹீதத்வான்சீ ஆரத்தீ(ஓவாளு) 100
2. ஆரத்தீ ஜ்ஞானராஜாசீ 100

3. ஆரத்தி துகாராமாசீ 101
4. ஜெய ஜெய ஸாயிநாதா 101
5. ஆதா ஸ்வாமீ ஸுகே 102
6. ப்ரஸாத் மிளண்கரிதா (அபங்க்) 102
7. ப்ரஸாத் மிள்யானந்தர் 103

18. க்ருபாகரா குருராஜ 104

19. உபஸம்ஹார - க்யா கியா (மானஸ போத) 104

20. ஸாயி சாலீஸா (தமிழ்) 105

21. ஆரத்தீ (1) 110

22. ஆரத்தீ (2) 111

23. மங்கள ஆரத்தீ 112

குறிப்பு : இந்த புத்தகத்தில் ச' எழுத்து வரும் இடங்களிலெல்லாம் அதை (श, sha) என்ற உச்சரிப்பில் மட்டுமே உச்சரிக்க வேண்டும். ஏனெனில் ஸம்ஸ்க்ருத श (sha) எழுத்திற்கு நிகரான எழுத்து தமிழில் இல்லை.

<u>உதாரணம் :</u> शंकरा - shankara – ச'ங்கரா

शिवा - shiva – சி'வா

शास्त्रम् - shastram – சா'ஸ்த்ரம்

ஸ்ரீ சி'ர்டீ ஸாயி
ஆரத்தீ மற்றும் ச்'லோகங்கள்

1. ஸ்ரீ சி'ர்டீ ஸாயி காயத்ரீ மந்த்ரம்

ஓம் சி'ர்டீ வாஸாய வித்மஹே
ஸச்சிதாநந்தாய தீமஹி
தன்னோ ஸாயி ப்ரசோதயாத்

2. ஸ்ரீ சி'ர்டீ ஸாயி த்யான மந்த்ரம்

அனந்தகோடி ப்ரஹ்மாண்ட நாயக, ராஜாதி ராஜ யோகிராஜ
பரப்ரஹ்ம ஸ்ரீ ஸச்சிதானந்த ஸத்குரு ஸாயிநாத் மஹாராஜ்கீ ஜெய்

நமாமி ஸாயி குரு பாத பங்கஜம்
கரோமி பாபா தவ பூஜனம் வரம்
வதாமி ஸாயி சு'பநாம நிர்மலம்
ஸ்மராமி பாபா தவ தத்வமவ்யயம்
ஸச்சிதானந்த ரூபாய
பக்தானுக்ரஹ காரிணே
சி'ர்டீன்யா ஸ்யைகதேஹை ஸாயிசா'ய நமோ நம:
ம்ருத்யும்ஜயாய ருத்ராய ஸர்வதாய ச விஷ்ணவே,
ஸ்ருஷ்டீ ச த்ரிஸ்வரூபாய ஸாயிநாதாய தே நம:
ஸாயி ஸாயி ஸாயிந்தே ஸ்மர்த்தவயம் நாம ஸஜ்ஜநாயே
ஸஹஸ்ரநாம தத்துல்யம் ஸாயிநாம வரப்ரதாம்
ஸ்ரீ ஸாயிம்தீ ஸதா ஸ்நானம்
ஸ்ரீ ஸாயிம்தீ ஸதா ஜபம்
ஸ்ரீ ஸாயிம்தீ ஸதா த்யானம்
ஸதா ஸாயிம்தீ கீர்த்தனம்

3. ஸ்ரீ சி’ர்டீ ஸாயி த்யான ச்’லோகம்

சி’ரே வஸ்த்ர முகுடம்

காத்ரே கஃப்னி வஸ்த்ரம்

கரே ஸட்கா தண்டம்

ஜானுஹ் உபரி பாதம்

வதனே தாடிகா சோ’பிதம்

நயனே கருணா பூரிதம்

அக்ரே துனிஹ் ஜ்வலிதம்

பார்ச்’வே இஷ்டிகா ரக்ஷிதம்

நிம்ப மூல வாஸம்

த்வாரகாமயி நாதம்

சி’ர்டீ புர ரஜ்ணம்

பஜே ஸாயி ராமம்

4. ஸ்ரீ சி’ர்டீ ஸாயி உதி மந்த்ரம்

மஹாக்ரஹ பீடாம் மஹோத்பாத பீடாம்

மஹாரோக பீடாம் மஹாதீவ்ர பீடாம்

ஹரத்யாசு’தே த்வாரகாமாயி பஸ்மம்

நமஸ்தே குரு ச்’ரேஷ்ட்ட ஸாயிச்’வராய

ஸ்ரீகரம் நித்யம் சு’பகரம் திவ்யம்

பரமம் பவித்ரம் மஹாபாபஹரம்

பாபா விபூதிம் தாரயாம்யஹம்

பரமம் பவித்ரம் பாபா விபூதிம்

பரமம் விசித்ரம் லீலா விபூதிம்

பரமார்த்த இஷ்டார்த்த மோக்ஷ ப்ரதாதம்

பாபா விபூதிம் இதமாச்’ரயாமி

ஸாயி விபூதிம் இதமாச்’ரயாமி

ஸ்ரீ ஸாயி ஊதிமிதமாச்’ரயாமி

5. ஸ்ரீ சி'ர்டீ ஸாயி ஸ்துதி:

ப்ரஹ்மா தக்ஷ: குபேரோ யம
வருணமருத்ரஹ்னி மஹேந்த்ர ருத்ரா:
சை'லா ஐத்ய: ஸமுத்ரா க்ரஹகண
மநுஜா தைத்ய கந்தர்வ நாகா:
த்வீப நக்ஷத்ர தாரா ரவி வஸூ
மனயோ வ்யோம பரச்'சிநௌ ச
ஸம்லீன யஸ்ய வபுஷி ஸ பகவான்
பாது யோ விச்'வரூப:

6. ஸ்ரீ சி'ர்டீ ஸாயி அஷ்டகம்

பத்ரீக்ராம ஸமுத்பூதம் த்வாரகாமாயி வாஸிநம்
பக்தா பீஷ்ட ப்ரதம் தேவம் ஸாயிநாதம் நமாம்யஹம்

மஹோன்னத குலேஜாதம், க்ஷீராம்புதி ஸமேசு'பே
த்விஜராஜம் தமோக்னம் தம் ஸாயிநாதம் நமாம்யஹம்

ஜகதுத்தாரனார்த்தம் யோ நரரூபா தரோவிபும்
யோகினம் ச மஹாத்மானம் ஸாயிநாதம் நமாம்யஹம்

ஸாக்ஷாத்காரம் ஜயேலபே ஸ்வாத்மாராமோ குரோர்முகாத்
நிர்மலம் மமகாத்ரம் ச ஸாயிநாதம் நமாம்யஹம்

யஸ்ய தர்ச'ன மாத்ரேன நச்'யந்தி வ்யாதி கோட்ய:
ஸர்வேபாபா ப்ரணச்'யந்தி ஸாயிநாதம் நமாம்யஹம்

நரஸிம்ஹாதி சி'ஷ்யாணாம் ததௌ யோனுக்ரஹம் குரு:
பவபந்தபரி ஹர்த்தாரம் ஸாயிநாதம் நமாம்யஹம்

தனஹீனம் தாரித்ர்யாணாம் ஸமத்ருஷ்ட்யேந பச்'யதி
கருணாஸாகரம் தேவம் ஸாயிநாதம் நமாம்யஹம்

ஸமாதிஸ்த்தோபியோ பக்தாவன தீர்த்தார்த்த தாயக:
அசிந்த்ய மஹிமானந்தம் ஸாயிநாதம் நமாம்யஹம்
ஓம் ஸ்ரீ ஸச்சிதானந்த ஸத்குரு ஸாயிநாதாய நம:

7. ஸ்ரீ சி'ர்டீ ஸாயி ப்ரார்த்தனா

ஸாயி க்ருபா ஸே வ்ரத் கதா லிக்வாயீ,
பக்தோ(ம்) கே ஹாதோ(ம்) மே பஹுஞ்சீ
ஸாயி குருவார் வ்ரத கரே ஜோ கோயீ,
உஸ்கா கல்யாண் தோ ஹர் தம் ஹோயீ

கர் பர் ஸுக் சா'ந்தி ஸோவே,
ஸாயி த்யான் கரே ஜோ ஸோவே
போக் லகாவே நிஸ்திந் பாபா கோ ஜோயீ
உஸ்கே கர் மே கமீ ந ஹோயீ

பாபா கீ ப்ரார்த்தநா கரியே,
ஸாயி மேரே துக் கோ ஹரியே
சி'ர்டீ மே பாபா கீ மூர்த்தீ ஹை ப்யாரீ,
பக்தோ(ம்) கோ லகே ஹை ந்யாரீ

மேரே ஸாயி மேரே பாபா,
மேரா பந்து மேரா கா பா
ராம் பீ தும் ச்'யாம் பீ தும் ஹோ,
சி'வ்ஜீ கா அவதார் பீ தும் ஹோ

ஹனுமாந் தும் ஹீ ஹோ ஸாயி,
தும்ஹீ நே தீ லங்கா ஜலாயீ
கலியுக் மே தும் ஆயே தோ ஸாயி,
பக்தோ(ம்) கா கல்யாண் ஹோ ஜாயீ

பக்திபாவ் ஸே படே கதா ஜோ
உஸ்கீ இச்சா பூரீ ஹோ ஜாதீ
பாபா மேரே ஆவோ ஸாயி ஹம்கோ
தர்ச'ன் திக்லாவோ ஸாயி

தும் பின் தில் நஹீ லக்தா,
ஆ(ம்)ஸூ கா தரியா ஹை நிகல்தா
ஜப் ஜப் தேகே தேரீ மூரத்
தப் தப் பீக் ஜாயே மேரீ மூரத்

அந்தே கோ ஆங்கே தே தே
தீந் துக்கோ(ம்) கே துக் ஹர் லேதே
தும் ஸா நஹீ ஹை கோயீ ஸஹாயீ
ஜப்தே ரஹே ஹம் ஸாயி ஸாயி

நாம் தும்ஹாரா மங்கள்காரீ
பவஸாகர் ஸே பக்தோ(ம்) கோ உதாரீ
பாபா மேரே அவகுண் மாஃப் கர் தேனா
பக்தி மேரீ கோ ஹீ லேநா
பாபா ஹம் பர் தயா கர்னா,
அப்நே சரணோ(ம்) மே ஹீ ரக்நா
சரணோ(ம்) மே தும்ஹாரே சீ'தல் சாயா
படே ரஹேங்கே, நஹீம் படேகீ மந்த் ச்சாயா

ஹமாரீ புத்தி நிர்மல் கர்னா
ஜக் கீ பலாயீ ஹம்ஸே கர்னா
ஹம்கோ ஸாதன் பநா லோ பாபா
தயா க்ருபா ஔர் க்ஷமா தோ பாபா
அஜ்ஞாநீ ஹம் பாலக் மந்தபுத்தி
தேரீ தயா ஸே ஹோ மந் கீ சு'த்தி

பாப் ந கோயீ ஹம்ஸே ஹோநே பாயே,
துக் கோயீ ஜீநே ந பாயே
ஹரபல் பலா ஹம் கர்த்தே ஆயே,
குண்காந் கர்பல் தேரே காம்யே

தோஹா

ஸாயி ஹம் பர் க்ருபா கரோ, பாலக் ஹை அஞ்ஜாந்
மந்தபுத்தி ஹம் ஜீய ஹை, ஹம்கோ லோ ஆன் ஸம்போல்
வ்ரத் ஆப்கா கர் ரஹே தோ ஆசீ'ஷ் யஹ் ஆந்
வித்ன படே ந இஸ் மே கோயீ, க்ருபா கரோ தீந் தயாள்

8. ஸாயி சாலீஸா

பஹலே ஸாயி கே சரணோ(ம்) மே, அப்நா சீ'ச' நமாவூ மை
கைஸே சிர்டீ ஸாயி ஆயே, ஸாரா ஹால் ஸுநாவூ மை
கௌந் ஹை மாதா, பிதா கௌந் ஹை, யே கிஸீ நே பீ ஜாநா
கஹா(ம்) ஜநம் ஸாயி நே தாரா, ப்ரச்'ந் பஹேலீ ஸா ரஹா பநா
கோயீ கஹே அயோத்யா கே, யே ராமசந்த்ர! பகவாந் ஹை
கோயீ கஹ்தா ஸாயி பாபா, பவந்–புத்ர ஹநுமாந் ஹை
கோயீ கஹ்தா மங்கல் மூரதி, ஸ்ரீ கஜாநந் ஹை ஸாயி
கோயீ கஹ்தா கோகுல் மோஹன், தேவகீ நந்தன் ஹை ஸாயி
ச'ங்கர் ஸம்ஜே பக்த கயீ தோ, பாபா கோ பஜ்தே ரஹ்த்தே
கோயீ கஹே அவதார் தத்த காய பூஜா ஸாயி கீ கர்த்தே
குச் பீ மாநோ உந்கோ தும், பர் ஸாயி ஹை ஸச்சே பகவான்
படே தயாளு, தீந பந்து, கித்நோ(ம்) கோ தியா ஹை ஜீவன் தான்
கயீ வர்ஷ பஹ்லே கீ கட்நா, தும்ஹே ஸுநாவூங்கா மை பாத்
கீஸீ பாக்யசா'லீ கீ, சிர்டீ மே ஆயீ தீ பாராத்
ஆயா ஸாத் உஸீ கே தா பாலக் ஏக் பஹுத் ஸுந்தர்
ஆயா, ஆகர் வஹீ பஸ் கயா, பாவந் சிர்டீ கியா நகர்

கயீ திநோ தக் ரஹா படக்தா, பிக்ஷா மாங்கீ உஸ்நே தர்–தர்
ஔர் திகாயீ ஐஸீ லீலா, ஜக் மட் ஜோ ஹோ கயீ அமர்
ஜைஸே–ஜைஸே உமர் படீ, வைஸே ஹீ பட்தீ கயீ சா'ன்
கர்–கர் ஹோனே லகா நகர் மே, ஸாயிபாபா கா குணகான்
திக் திகந்த் மை லகா கூஞ்ஜனே, ஃபிர் தோ ஸாயிஜீ கா நாம்
தீந்–துக்கீ கீ ரக்ஷா கர்னா, யஹீ ரஹா பாபா கா காம்
பாபா கே சரணோ(ம்) மே ஜாகர், ஜோ கஹ்தா மை ஹூ(ம்) நிர்தன்
தயா உஸீ பர் ஹோதீ உந்கீ, குல் ஜாதே துக் கே பந்தன்

கபீ கிஸீ நே மாங்கீ பிக்ஷா, தோ பாபா முஜ்கோ ஸந்தான்
ஏவம் அஸ்து தப் கஹ்கர் ஸாயி, தேதே தே உஸ்கோ வரதான்
ஸ்வயம் துக்கீ பாபா ஹோ ஜாதே, தீந்–துக்கீ ஜந் கா லக் ஹால்
அந்த:கரன் ஸ்ரீ ஸாயி கா, ஸாகர் ஜைஸா ரஹா விசா'ல்
பக்த் ஏக் மத்ராஸீ ஆயா, கர் கா பஹுத் படா தந்வான்
மால் கஜானா பேஹத் உஸ்கா, கேவல் நஹீ ரஹீ ஸந்தான்
லகா மநானே ஸாயிநாத் கோ, பாபா முஜ் பர் தயா கரோ
ஜம்ஜா ஸே ஜம்க்ருத் நையா கோ, தும் ஹட் மேரீ பார் கரோ

குல்தீபக் கே பினா அந்தேரா, சாயா ஹுவா ஹை கர் மே மேரே
இஸ்லியே ஆயா ஹூ(ம்) பாபா, ஹோகர் ச'ரணாகத் தேரே
குலதீபக் கே அபாவ் மே, வ்யர்த் ஹை தௌலத் கீ மாயா
ஆஜ் பிகாரீ பன் கர் பாபா, ச'ரண் தும்ஹாரீ மை ஆயா
தே தோ முஜ்கோ புத்ர–தான், மை ருணீ ரஹூங்கா ஜீவன் பர்
ஔர் கிஸீ கீ ஆஸ் ந முஜ்கோ, ஸிர்ஃப் பரோஸா ஹை தும் பர்
அநுநய–விநய் பஹுத் கீ உஸ்நே, சரணோ(ம்) மே தர் கே சீ'ச'
தப் ப்ரஸந்ந ஹோகர் பாபா நே, தியா பக்த் கோ யஹ் ஆசீ'ச'

அல்லாஹ் பலா கரேகா தேரா, புத்ர ஜன்ம் ஹோ தேரே கர்
க்ருபா ரஹேகீ துஜ் பர் உஸ்கீ, ஔர் தேரே உஸ் பாலக் பர்
அப் தக் நஹீ கிஸீ நே பாயா, ஸாயி கீ க்ருபா கா பார்
புத்ர ரத்ந தே மத்ராஸீ கோ, தந்ய கியா உஸ்கா ஸன்ஸார்

தன்–மன் ஸே ஜோ பஜே உஸீ கா, ஜக் மே ஹோதா ஹை உத்தார்
ஸாஞ்ச் கோ ஆஞ்ச் நஹீ ஹை கோயீ, ஸதா ஜீட் கீ ஹோதீ ஹார்
மை ஹூ(ம்) ஸதா ஸஹாரே உஸ்கே, ஸதா ரஹூங்கா உஸ்கா தாஸ்
ஸாயி ஜைஸா ப்ரபு மிலா ஹை, இத்நீ ஹீ கம் ஹை க்யா ஆஸ்

மேரா பீ தின் தா ஏக் ஐஸா, மில்தீ நஹீ முஜே ரோடீ
தந் பர் கப்டா தூர் ரஹா தா, சே'ஷ ரஹீ நந்ஹீ ஸீ லங்கோடீ
ஸரிதா ஸந்முக் ஹோநே பர் பீ மை ப்யாஸா கா ப்யாஸா தா
துர்தின் மேரா மேரே ஊபர், தாவாக்நி பர்ஸாதா தா
தர்தீ கே அதிரிக்த் ஜகத் மே, மேரா குச் அவலம்ப் ந தா
பனா பிகாரீ மை துநியா மே, கர்–கர் டோகர் காதா தா
ஐஸே ஏக் மித்ர மிலா ஜோ, பரம் பக்த் ஸாயி கா தா
ஜஞ்ஜாலோ(ம்) ஸே முக்த் மகர் இஸ், ஜகதீ மே வஹ் முஜ் ஸா தா

பாபா கே தர்ச'ன் கீ காதிர், மில் தோநோ நே கியா விசார்
ஸாயி ஜைஸே தயா மூர்த்தீ கே, தர்ச'ன் கோ ஹோ கயே தைய்யார்
பாவன் சி'ர்டீ நகர் மே ஜாகர், தேகீ மத்வாலீ மூரத்
தன்ய ஜன்ம ஹோ கயா கி ஹம்நே, ஜப் தேகீ ஸாயி கீ ஸூரத்
ஜப் ஸே கியே ஹை தர்ச'ந் ஹம்நே துக் ஸாரா காஃபூர் ஹோ கயா
ஸங்கட் ஸாரே மிடே ஔர், விபதாவோ(ம்) கா அந்த் ஹோ கயா

மான் ஔர் ஸம்மான் மிலா, பிக்ஷா மே ஹம்கோ பாபா ஸே
ப்ரதிபிம்ப் ஹோ உடே ஜகத் மே, ஹம் ஸாயி கீ ஆபா ஸே
பாபா நே ஸம்மான் தியா ஹை, மான் தியா இஸ் ஜீவன் மே
இஸ்கா ஹீ ஸம்பல்லே மை, ஹஸ்தா ஜாவூங்கா ஜீவன் மே
ஸாயி கீ லீலா கா மேரே, மன் பர் ஐஸா அஸர் ஹுவா
லக்தா ஜகதீ கே கண்–கண் மே, ஜைஸே ஹோ வஹ் பரா ஹுவா

காசி'ராம் பாபா கா பக்த், இஸ் சி'ர்டீ மே ரஹ்தா தா
மை ஸாயி கா, ஸாயி மேரா, வஹ் துநியா ஸே கஹ்தா தா

ஸில்கர் ஸ்வயம் வஸ்த்ர பேச்தா, க்ராம் நகர் பாஜாரோ(ம்)மூ மே
ஜங்க்ருத் உஸ்கீ ஹ்ருத் தந்த்ரீ தீ, ஸாயி கீ ஜங்காரோம் மே
ஸ்தப்த் நிஷா தீ, தே ஸோயே, ரஜ்நீ ஆஞ்சல் மே சாந்த்–ஸிதாரே
நஹீ ஸூஜ்தா ரஹா ஹாத் கோ ஹாத் திமிர் கே மாரே
வஸ்த்ர பேச்கர் லௌட் ரஹா தா, ஹாய் ஹாட் ஸே காசீ'
விசித்ர படா ஸம்யோக் கி உஸ் தின், ஆதா தா வஹ் ஏகாகீ
கேர் ராஹ் மே கடே ஹோ கயே, உஸே குடில், அந்யாயீ
மாரோ காடோ லூடோ இஸ் கீ ஹீ த்வநி படீ ஸூநாயீ

லூட் பீட் கர் உஸே வஹா(ம்) ஸே, குடில் கயே சம்பத் ஹோ
அகாதோம் ஸே, மர்மாஹத் ஹோ, உஸ்நே தீ ஸஞ்ஜ்ஞா கோ
பஹூத் தேர் தக் படா ரஹா வஹ், வஹீ(ம்) உஸீ ஹாலத் மே
ஜாநே கப் குச் ஹோச்' ஹோ உடா, உஸ்கோ கிஸீ பலக் மே
அஞ்ஜாநே ஹீ உஸ்கே முஹ் ஸே, நிகல் படா தா ஸாயி
ஜிஸ்கீ ப்ரதித்வநி சி'ர்டீ மே, பாபா கோ படீ ஸூநாயீ
க்ஷுப்த் உடா ஹோ மாநஸ் உந்கா, பாபா கயே விகல் ஹோ
லக்தா ஜைஸே கட்னா ஸாரீ, கடீ உந்ஹீ கே ஸம்முக் ஹோ

உந்மாதீ ஸே இதர்–உதர், தப் பாபா லகே படக்நே
ஸம்முக் சீஜே(ம்) ஜோ பீ ஆயீ, உந்கோ லகே படக்நே
ஔர் தத்கதே அங்காரோ(ம்) மே, பாபா நே அப்னா கர் டாலா
ஹுயே ஸச'ங்கித் ஸபீ வஹா(ம்), லக் தாண்டவ் ந்ருத்ய நிராலா
ஸமஜ் கயே ஸப் லோக் கீ கோயீ, பக்த் படா ஸங்கட் மே
க்ஷுபித் கடே தே ஸபீ வஹா(ம்) பர், படே விஸ்மய் மே
உஸே பசாநே கே ஹீ காதிர், பாபா ஆஜ் விகல் ஹை
உஸ்கீ ஹீ பீடா ஸே பீடித், உந்கா அந்த:ஸ்தல் ஹை
இத்நே மே ஹீ விதி நே அப்நீ, விசித்ரதா திக்லாயீ
லக் கர் ஜிஸ்கோ ஜந்தா கீ, ச்'ரத்தா–ஸரிதா லஹ்ராயீ

லேகர் கர் ஸஜ்ஞாஹீந் பக்த் கோ, காடீ ஏக் வஹா(ம்) ஆயீ
ஸம்முக் அப்நே தேக் பக்த் கோ, ஸாயி கீ ஆங்கே(ம்) பர் ஆயீ
சா'ந்த், தீர், கம்பீர் ஸிந்து–ஸா, பாபா கா அந்த:ஸ்த்தல்
ஆஜ் ந ஜாநே க்யோ(ம்) ரஹ்–ரஹ் கர், ஹோ ஜாதா தா சஞ்சல்
ஆஜ் தயா கீ மூர்த்தி ஸ்வயம் தா, பநா ஹுவா உபசாரீ
ஔர் பக்த் கேலியே ஆஜ் தா, தேவ் பநா ப்ரதிஹாரீ

ஆஜ் பக்தி கீ விஷம் பரீக்ஷா மே, ஸஃபல் ஹுவா தா காசீ'
உஸ்கே ஹீ தர்ச'ந் கீ காதிர், தே உமடே நகர்–நிவாஸீ
ஜப் பீ ஔர் ஜஹா(ம்) பீ கோயீ, பக்த் படே ஸங்கட் மே
உஸ்கீ ரக்ஷா கர்நே பாபா, ஆதே ஹை பல் பர் மே
யுக்–யுக் கா ஹை ஸத்ய யஹ், நஹீ கோயீ நயீ கஹாநீ
ஆபாதக்ரஸ்த் பக்த் ஜப் ஹோதா, ஜாதே குத் அந்தர்யாமீ
பேத்–பாவ் ஸே பரே புஜாரீ, மாநவதா கே தே ஸாயி
ஜித்நே ப்யாரே ஹிந்து– முஸ்லிம், உத்நே ஹீ தே ஸிக் யீஸாயி

பேத் பாவ் மந்திர்–மஸ்ஜித் கா, தோட்–ஃபோட் பாபா நே டாலா
ராம்–ரஹீம் ஸபீ உந்கே தே, க்ருஷ்ண–கரீம்–அல்லாஹ்தாலா
கண்டே கீ ப்ரதித்வநி ஸே கூஞ்ஜா, மஸ்ஜித் கா கோநா–கோநா
மிலே பரஸ்பர் ஹிந்தூ– முஸ்லிம், ப்யார் படா திந்–திந் தூந்
சமத்கார் தா கித்நா ஸுந்தர், பரிசய் இஸ் காயா நே தீ
ஔர் நீம் கடுவாஹட் மே பீ, மிடாஸ் பாபா நே பர் தீ
ஸப்கோ ஸ்நேஹ் தியா ஸாயி நே, ஸப்கோ அதுல் ப்யார் கியா
ஜோ குச் ஜிஸ்நே பீ சாஹா, பாபா நே உந்கோ வஹீ தியா

ஐஸே ஸ்நேஹ் சீ'ல் பாஜன் கா, நாம் ஸதா ஜோ ஜபா கரே
பர்வத் ஜைஸா துக் ந க்யோ(ம்) ஹோ, பல்பர் மட் வஹ் தரூ டரே
ஸாயி ஜைஸா தாதா ஹம்நே, அரே நஹீ தேகா கோயீ
ஜிஸ்கே கேவல் தர்ச'ந் ஸே ஹீ, ஸாரீ விபதா தூர் கயீ

தந் மே ஸாயி, மந் மே ஸாயி, ஸாயி–ஸாயி பஜா கரோ
அப்நே தந் கீ ஸுதிபுதி கோகர், ஸுதி உஸ்கீ தும் கியா கரோ
ஜப் தூ அப்நீ ஸுதியா(ம்) தஜ்கர், பாபா கீ ஸுதி கியா கரேகா
ஔர் ராத்–திந் பாபா, பாபா, பாபா ஹீ தூ ரடா கரேகா

தோ பாபா கோ அரே! விவச்' ஹோ, ஸுதி தேரீ லேநீ ஹீ ஹோகீ
தேரீ ஹர் இச்சா பாபா கோ, பூரீ ஹீ கர்நீ ஹோகீ
ஜங்கல்–ஜங்கல் படக் ந பாகல், ஔர் டூண்ட்நே பாபா கோ
ஏக் ஜகஹ் கேவல் சி'ர்டீ மே, தூ பாயேகா பாபா கோ
தந்ய ஜகத் மே ப்ராணீ ஹை வஹ், ஜிஸ்நே பாபா கோ பாயா
துக் மே ஸுக் மே ப்ரஹர் ஆட் ஹோ, ஸாயி கா ஹீ குண் காயா
கிரே ஸங்கடோ(ம்) கே பர்வத், சாஹே பிஜலீ ஹீ டுட் படே
ஸாயி கா லே நாம் ஸதா தும், ஸம்முக் ஸப் கே ரஹோ அடே

இஸ் பூடே கீ ஸுந் கராமத், தும் ஹோ ஜாவோகே ஹைராந்
தங்க் ரஹ் கயே ஸுந்கர் ஜிஸ்கோ, ஜாநே கித்நே சதுர் ஸுஜாந்
ஏக் பார் சி'ர்டீ மே ஸாதூ, டோங்கீ தா கோயீ ஆயா
போலீ–பாலீ நகர்–நிவாஸீ, ஜன்தா கோ தா பர்மாயா
ஜடீ–பூடியா(ம்) உந்ஹே திகாகர், கர்நே லகா வஹா(ம்) பாஷண்
கஹ்நே லகா ஸுநோ ச்'ரோதாகண், கர் மேரா ஹை வ்ருந்தாவந்
ஔஷத் மேரே பாஸ் ஏக் ஹை, ஔர் அஜப் இஸ் மே சக்தி
இஸ்கே ஸேவந் கர்நே ஸே ஹீ, ஹோஜாதீ துக் ஸே முக்தி

அகர் முக்த் ஹோநா சாஹோ தும், ஸங்கட் ஸே பீமாரீ ஸே
தோ ஹை மேரா நம்ர் நிவேதந், ஹர் நர் ஸே ஹர் நாரீ ஸே
லோ கரீத் தும் இஸ்கோ இஸ்கீ, ஸேவந் விதியா(ம்) ஹை ந்யாரீ
யத்யபி துச்ச வஸ்து ஹை யஹ், குண் உஸ்கே ஹை அதி பாரீ
ஜோ ஹை ஸந்ததி ஹீ(ந்) யஹா(ம்) யதீ, மேரீ ஔஷதி கோ காயே
புத்ர–ரத்ந ஹோ ப்ராப்த், அரே வஹ் முஹ் மாங்கா ஃபல் பாயே

ஒளஷத் மேரீ ஜோ ந கரீதே, ஜீவந் பர் பச்தாயேகா
முஜ் ஜைஸா ப்ராணீ சா'யத் ஹீ, அரே யஹா(ம்) ஆ பாயேகா

துநியா தோ திந் கா மேலா ஹை, மௌஜ் சௌ'க் தும் பீ கர் லோ
கர் இஸ்ஸே மில்தா ஹை, ஸப் குச், தும் பீ இஸ்கோ லே லோ

ஹைராநீ பட்தீ ஜநதா கீ, லக் இஸ்கீ கர்ஸ்தானீ
ப்ரமுதித வஹ் பீ மந் ஹீ மந் தா, தேக் லோகோ(ம்) கீ நாதானீ

கபர் ஸுநாநே பாபா கோ யஹ், கயா தௌட்கர் ஸேவக் ஏக்
ஸுந்கர் ப்ருகுடி தநீ ஔர், விஸ்மரண் ஹோ கயா ஸபீ விவேக்

ஹுக்ம் தியா ஸேவக் கோ, ஸத்வர் பகட் துஷ்ட் கோ லாவோ
யா சி'ர்டீ கீ ஸீமா ஸே, கபடீ கோ தூர் பகாவோ

மேரே ரஹ்தே போலீ–பாலீ, சி'ர்டீ கீ ஜநதா கோ
கௌன் நீச் ஐஸா ஜோ, ஸாஹஸ் கர்த்தா ஹை சல்நே கோ

பல் பர் மேம் ஹீ ஐஸே டோங்கீ, கபடீ நீச் லுடேரே கோ
மஹாநாச' கே மஹாகர்த் மே, பஹுஞ்சா தூ(ம்) ஜீவந் பர் கோ

தினக் மிலா ஆபாஸ் மதாரீ க்ரூர் குடில் அந்யாயீ கோ
கால் நாச்தா ஹை அப் ஸிர் பர், குஸ்ஸா ஆயா ஸாயி கோ

பல் பர் மே ஸப் கேல் பந்த் கர், பாகா ஸிர் பர் ரக்கர் பைர்
ஸோச் ரஹா தா மந் ஹீ மந், பக்வாந் நஹீ ஹை அப் கைர்

ஸச் ஹை ஸாயி ஜைஸா தாநீ, மில் ந ஸகேகா ஜக் மே
அம்ச' யீச' கா ஸாயிபாபா, உந்ஹே ந குச் பீ முச'கில் ஜக் மே

ஸ்நேஹ், சீ'ல், ஸௌஜந்ய ஆதி கா, ஆபூஷண் தாரண் கர்
பட்தா இஸ் துநியா மே ஜோ பீ, மானவ்–ஸேவா கே பத் பர்

வஹீ ஜீத் லேதா ஹை ஜக்தீ கே, ஜந்–ஜந் கா அந்த:ஸ்த்தல்
உஸ்கீ ஏக் உதாஸீ ஹீ ஜக் கோ கர் தேதீ ஹை விஹ்வல்

ஜப்–ஜப் ஜக் மே பார் பாப் கா, பட் பட் ஹீ ஜாதா ஹை
உஸே மிடாநே கே ஹீ காதிர், அவதாரீ ஹீ ஆதா ஹை

பாப் ஔர் அந்யாய் ஸபீ குச், இஸ் ஜக்தீ கா ஹர் கே
தூர் பகா தேதா துநியா கே, தாநவ் கோ க்ஷண் பர் மே

ஸ்நேஹ் ஸுதா கீ தார் பரஸ்நே, லக்தீ ஹை இஸ் துநியா மே
கலே பரஸ்பர் மில்நே லக்தே, ஹை ஜந்–ஜந் ஆபஸ் மே
ஐஸே ஹீ அவதாரீ ஸாயி, ம்ருத்யுலோக் மே ஆகர்
ஸமதா கா யஹ் பாட் படாயா, ஸப்கோ அப்நா ஆப் மிடாகர்
நாம் த்வார்கா மஸ்ஜித் கா, ரகா சிர்டீ மே ஸாயி நே
பாப், தாப், ஸந்தாப் மிடாயா, ஜோ குச் ஆயா ஸாயி நே

ஸதா யாத் மே மஸ்த் ராம் கீ, பைடே ரஹ்தே தே ஸாயி
பஹர் ஆட் ஹீ ராம் நாம் கா, பஜ்தே ரஹ்தே தே ஸாயி
ஸூகீ–ரூகீ, தாஜீ–பாஸீ, சாஹே யா ஹோவே பக்வாந்
ஸதா ப்யார் கே பூகே ஸாயி கீ, காதிர் தே ஸபீ ஸமான்
ஸ்நேஹ் ஔர் ச்’ரத்தா ஸே அப்நீ, ஜந் ஜோ குச் தே ஜாதே தே
படே சாவ் ஸே உஸ் போஜந் கோ, பாபா பாவன் கர்த்தே தே
கபீ–கபீ மந் பஹ்லாநே கோ, பாபா பாக் மே ஜாதே தே
ப்ரமுதித் மந் நிரக் ப்ரக்ருதி, சடா கோ வே ஹோதே தே

ரங்க்–பிரங்கே புஷ்ப் பாக் கே, மந்த்–மந்த் ஹில்–டுல் கர்கே
பீஹட் வீராநே மந் மே பீ, ஸ்நேஹ் ஸலில் பர் ஜாதே தே
ஐஸீ ஸுமதுர பேலா மே பீ, துக் ஆபத் விபதா கே மாரே
அப்நே மன் கீ வ்யதா ஸுநாநே, ஜந் ரஹ்தே பாபா கோ கேரே
ஸுந்கர் ஜிந்கீ கருண் கதா கோ, நயன் கமல் பர் ஆதே தே
தே விபூதி ஹர் வ்யதா, சா’ந்தி, உந்கே உர் மே பர் தேதே தே
ஜாநே க்யா அத்புத் ச’க்தி, உஸ் விபூதி மே ஹோதீ தீ
ஜோ தாரண் கர்த்தே மஸ்தக் பர், துக் ஸாரா ஹர் லேதீ தீ

தந்ய மநுஜ் வே ஸாக்ஷாத் தர்ச’ந், ஜோ பாபா ஸாயி கே பாயே
தந்ய கமல்–கர் உநகே நிஸே, சரண–கமல் வே பர்ஸாயே
காச’ நிர்பய் தும்கோ பீ, ஸாக்ஷாத் ஸாயி மில் ஜாதா
பர்ஸோ(ம்) ஸே உஜ்டா சமந் அப்நா, ஃபிர் ஸே ஆஜ் கில் ஜாதா
கர் பகட்தா மை சரண் ஸ்ரீ கே, நஹீ சோட்தா உம்ர் பர்
மனா லேதா மை ஜரூர் உந்கோ, கர் ரூட்தே ஸாயி முஜ் பர்

9. ஸ்ரீ சீ'ர்டீ ஸாயி அஷ்டோத்தர ச'த நாமாவளி:

ஓம் ஸ்ரீ ஸாயிநாதாய நம:
ஓம் ஸ்ரீ லக்ஷ்மீநாராயணாய நம:
ஓம் ஸ்ரீ க்ருஷ்ணராம சி'வ மாருத்யாதி ரூபாய நம:
ஓம் ஸ்ரீ சே'ஷ சா'யினே நம:
ஓம் கோதாவரீ தட சி'ர்டீ வாஸினே நம:
ஓம் பக்த ஹ்ருதாயலயாய நம:
ஓம் ஸர்வ ஹ்ருந்நிலையாய நம:
ஓம் பூதாவாஸாய நம:
ஓம் பூதபவிஷ்யத் பாவ வர்ஜிதாய நம:
ஓம் காலாதீதாய நம: 10
ஓம் காலாய நம:
ஓம் காலகாலாய நம:
ஓம் காலதர்ப்பதமனாய நம:
ஓம் ம்ருத்யுஞ்ஜயாய நம:
ஓம் அமர்த்யாய நம:
ஓம் மர்த்யாபயப்ரதாய நம:
ஓம் ஜீவாதாராய நம:
ஓம் ஸர்வாதாராய நம:
ஓம் பக்தாவன ஸமர்த்தாய நம:
ஓம் பக்தாவன ப்ரதிஜ்ஞாய நம: 20
ஓம் அன்னவஸ்த்ரதாய நம:
ஓம் ஆரோக்யக்ஷேமதாய நம:
ஓம் தனமாங்கல்யப்ரதாய நம:
ஓம் ருத்திஸித்திதாய நம:
ஓம் புத்ர மித்ர களத்ர பந்துதாய நம:
ஓம் யோகக்ஷேமவஹாய நம:
ஓம் ஆபத்பாந்தவாய நம:

ஓம் மார்கபந்தவே நம:

ஓம் புக்தி முக்தி ஸ்வர்காபவர்கதாய நம:

ஓம் ப்ரியாய நம: 30

ஓம் ப்ரீதிவர்த்தனாய நம:

ஓம் அந்தர்யாமினே நம:

ஓம் ஸச்சிதாத்மனே நம:

ஓம் நித்யானந்தாய நம:

ஓம் பரமஸுகதாய நம:

ஓம் பரமேச்'வராய நம:

ஓம் பரப்ரஹ்மணே நம:

ஓம் பரமாத்மனே நம:

ஓம் ஜ்ஞானஸ்வரூபிணே நம:

ஓம் ஜகத: பித்ரே நம: 40

ஓம் பக்தானாம் மாத்ரு தாத்ரு பிதாமஹாய நம:

ஓம் பக்தாபயப்ரதாய நம:

ஓம் பக்தபராதீனாய நம:

ஓம் பக்தானுக்ரஹ காரகாய நம:

ஓம் ச'ரணாகதவத்ஸலாய நம:

ஓம் பக்திச'க்திப்ரதாய நம:

ஓம் ஜ்ஞான வைராக்யதாய நம:

ஓம் ப்ரேமப்ரதாய நம:

ஓம் ஸம்ச'ய ஹ்ருதய தௌர்பல்ய பாபகர்ம
வாஸனா க்ஷயகராய நம:

ஓம் ஹ்ருதய க்ரந்திபேதகாய நம: 50

ஓம் கர்மத்வம்ஸினே நம:

ஓம் சு'த்த ஸத்வஸ்த்திதாய நம:

ஓம் குணாதீத குணாத்மனே நம:

ஓம் அனந்த கல்யாண குணாய நம:

ஓம் அமிதபராக்ரமாய நம:
ஓம் ஜயினே நம:
ஓம் துர்தர்ஷாக்ஷோப்யாய நம:
ஓம் அபராஜிதாய நம:
ஓம் த்ரிலோகேஷு அவிகாத கதயே நம:
ஓம் அச'க்யரஹிதாய நம: 60
ஓம் ஸர்வச'க்தி மூர்த்தயே நம:
ஓம் ஸுரூபஸுந்தராய நம:
ஓம் ஸுலோசனாய நம:
ஓம் பஹுருப விச்'வமூர்த்தயே நம:
ஓம் அரூபாவ்யக்தாய நம:
ஓம் அசிந்த்யாய நம:
ஓம் ஸூக்ஷ்மாய நம:
ஓம் ஸர்வாந்தர்யாமினே நம:
ஓம் மனோவாகதீதாய நம:
ஓம் ப்ரேமமூர்த்தயே நம: 70
ஓம் ஸுலபதுர்லபாய நம:
ஓம் அஸஹாய ஸஹாயாய நம:
ஓம் அநாதநாத தீனபந்தவே நம:
ஓம் ஸர்வ பாரப்ருதே நம:
ஓம் அகர்மானேககர்ம ஸுகர்மிணே நம:
ஓம் புண்யச்'ரவண கீர்த்தனாய நம:
ஓம் தீர்த்தாய நம:
ஓம் வாஸுதேவாய நம:
ஓம் ஸதாங்கதயே நம:
ஓம் ஸத்பராயணாய நம: 80
ஓம் லோகநாதாய நம:
ஓம் பாவநாநகாய நம:

ஓம் அம்ருதாம்ச'வே நம:
ஓம் பாஸ்கரப்ரபாய நம:
ஓம் ப்ரஹ்மசர்யதபச்'சர்யாதி ஸுவ்ரதாய நம:
ஓம் ஸத்யதர்மபராயணாய நம:
ஓம் ஸித்தேச்'வராய நம:
ஓம் ஸித்த ஸங்கல்பாய நம:
ஓம் யோகேச்'வராய நம:
ஓம் பகவதே நம: 90
ஓம் பக்தவத்ஸலாய நம:
ஓம் ஸத்புருஷாய நம:
ஓம் புருஷோத்தமாய நம:
ஓம் ஸத்ய தத்வபோதகாய நம:
ஓம் காமாதி ஷட்வைரி த்வம்ஸினே நம:
ஓம் அபேதாநந்தானுபவப்ரதாய நம:
ஓம் ஸமஸர்வமதஸம்மதாய நம:
ஓம் ஸ்ரீ தக்ஷிணாமூர்த்தயே நம:
ஓம் ஸ்ரீ வேங்கடேச'ரமணாய நம:
ஓம் அத்புதானந்தசர்யாய நம: 100
ஓம் ப்ரபன்னார்த்திஹராய நம:
ஓம் ஸம்ஸாரஸர்வ து:கக்ஷயகராய நம:
ஓம் ஸர்வவித் ஸர்வதோமுகாய நம:
ஓம் ஸர்வாந்தர் பஹி:ஸ்த்திதாய நம:
ஓம் ஸர்வமங்களகராய நம:
ஓம் ஸர்வாபீஷ்டப்ரதாய நம:
ஓம் ஸமரஸ ஸன்மார்க ஸ்த்தாபனாய நம:
ஓம் ஸமர்த்த ஸத்குரு ஸ்ரீஸாயிநாதாய நம: 108

இதி ஸ்ரீ சீர்டீ ஸாயிநாத அஷ்டோத்தர ச'த நாமாவளி: ஸம்பூர்ணம்.

10. ஸ்ரீ சி'ர்டீ ஸாயி ஸஹஸ்ரநாமாவளி:

1. ஓம் ஸ்ரீ ஸாயி அகண்ட ஸச்சிதாநந்தாய நம:
2. ஓம் ஸ்ரீ ஸாயி அகில ஜீவன வாத்ஸல்யாய நம:
3. ஓம் ஸ்ரீ ஸாயி அகில வஸ்து விஸ்தாராய நம:
4. ஓம் ஸ்ரீ ஸாயி அக்பராஜ்ஞாபி வந்திதாய நம:
5. ஓம் ஸ்ரீ ஸாயி அகில சேதநாவிஷ்டாய நம:
6. ஓம் ஸ்ரீ ஸாயி அகில வேத ஸம்பத்ப்ரதாய நம:
7. ஓம் ஸ்ரீ ஸாயி அகிலாண்டேச' ரூபே(அ)பி பிண்டே பிண்டே ப்ரதிஷ்ட்டிதாய நம:
8. ஓம் ஸ்ரீ ஸாயி அக்ரகண்யே நம:
9. ஓம் ஸ்ரீ ஸாயி அக்ரபூம்நே நம:
10. ஓம் ஸ்ரீ ஸாயி அகணித குணாய நம:
11. ஓம் ஸ்ரீ ஸாயி அகௌக ஸந்நிவர்த்திநே நம:
12. ஓம் ஸ்ரீ ஸாயி அசிந்த்ய மஹிம்நே நம:
13. ஓம் ஸ்ரீ ஸாயி அசலாய நம:
14. ஓம் ஸ்ரீ ஸாயி அச்யுதாய நம:
15. ஓம் ஸ்ரீ ஸாயி அஜாய நம:
16. ஓம் ஸ்ரீ ஸாயி அஜாத ச'த்ரவே நம:
17. ஓம் ஸ்ரீ ஸாயி அஜ்ஞாந திமிராந்தானாம் சக்ஷுருன்மீலனக்ஷமாய நம:
18. ஓம் ஸ்ரீ ஸாயி ஆஜந்ம ஸ்த்திதிநாசா'ய நம:
19. ஓம் ஸ்ரீ ஸாயி அணிமாதி விபூஷிதாய நம:
20. ஓம் ஸ்ரீ ஸாயி அத்யுந்நத துநீஜ்வாலாமாஜ்ஞாயைவ நிவர்த்தகாய நம:
21. ஓம் ஸ்ரீ ஸாயி அத்யுல்பண மஹாஸர்ப்பாதபி பக்த ஸுரக்ஷித்ரே நம:
22. ஓம் ஸ்ரீ ஸாயி அதி தீவ்ர தபஸ்தப்தாய நம:
23. ஓம் ஸ்ரீ ஸாயி அதிநம்ர ஸ்வபாவகாய நம:

24. ஓம் ஸ்ரீ ஸாயி அந்நதாந ஸதா நிஷ்ட்டாய நம:
25. ஓம் ஸ்ரீ ஸாயி அதிதி புக்த சே'ஷ புஜே நம:
26. ஓம் ஸ்ரீ ஸாயி அத்ருச்'யலோக ஸஞ்சாரிணே நம:
27. ஓம் ஸ்ரீ ஸாயி அத்ருஷ்ட பூர்வ தர்சி'த்ரே நம:
28. ஓம் ஸ்ரீ ஸாயி அத்வைத வஸ்து தத்வஜ்ஞாய நம:
29. ஓம் ஸ்ரீ ஸாயி அத்புதானந்தச'க்தயே நம:
30. ஓம் ஸ்ரீ ஸாயி அத்புதாநந்த ச'க்தயே நம:
31. ஓம் ஸ்ரீ ஸாயி அதிஷ்ட்டாநாய நம:
32. ஓம் ஸ்ரீ ஸாயி அதோக்ஷஜாய நம:
33. ஓம் ஸ்ரீ ஸாயி அதர்ம தருச்சேத்ரே நம:
34. ஓம் ஸ்ரீ ஸாயி அதி யஜ்ஞாய நம:
35. ஓம் ஸ்ரீ ஸாயி ஆதி பூதாய நம:
36. ஓம் ஸ்ரீ ஸாயி அதி தைவாய நம:
37. ஓம் ஸ்ரீ ஸாயி அத்யக்ஷாய நம:
38. ஓம் ஸ்ரீ ஸாயி அநகாய நம:
39. ஓம் ஸ்ரீ ஸாயி அநந்த நாம்நே நம:
40. ஓம் ஸ்ரீ ஸாயி அநந்த குண பூஷணாய நம:
41. ஓம் ஸ்ரீ ஸாயி அநந்த மூர்த்தயே நம:
42. ஓம் ஸ்ரீ ஸாயி அநந்தாய நம:
43. ஓம் ஸ்ரீ ஸாயி அநந்தச'க்தி ஸம்யுதாய நம:
44. ஓம் ஸ்ரீ ஸாயி அநந்தாச்'சர்ய வீர்யாய நம:
45. ஓம் ஸ்ரீ ஸாயி அநல்ஹகதி மாநிதாய நம:
46. ஓம் ஸ்ரீ ஸாயி அநவரத ஸமாதிஸ்த்தாய நம:
47. ஓம் ஸ்ரீ ஸாயி அநாத பரிரக்ஷகாய நம:
48. ஓம் ஸ்ரீ ஸாயி அநந்ய ப்ரேம ஸம்ஹ்ருஷ்ட குருபாத விலீந ஹ்ருதே நம:
49. ஓம் ஸ்ரீ ஸாயி அநாத்ருதாஷ்ட ஸித்தயே நம:

50. ஓம் ஸ்ரீ ஸாயி அநாமய பதப்ரதாய நம:
51. ஓம் ஸ்ரீ ஸாயி அநாதிமத்பரப்ரஹ்மணே நம:
52. ஓம் ஸ்ரீ ஸாயி அநாஹத திவாகராய நம:
53. ஓம் ஸ்ரீ ஸாயி அநிர்தேச்'ய வபுஷே நம:
54. ஓம் ஸ்ரீ ஸாயி அநிமேஷேக்ஷித ப்ரஜாய நம:
55. ஓம் ஸ்ரீ ஸாயி அநுக்ரஹார்த்த மூர்த்தயே நம:
56. ஓம் ஸ்ரீ ஸாயி அநுவர்த்தித வெங்குசா'ய நம:
57. ஓம் ஸ்ரீ ஸாயி அநேக திவ்யமூர்த்தயே நம:
58. ஓம் ஸ்ரீ ஸாயி அநேகாத்புத தர்ச'நாய நம:
59. ஓம் ஸ்ரீ ஸாயி அநேக ஜந்மஜ பாபம் ஸ்ம்ருதிமாத்ரேண

ஹாரகாய நம:

60. ஓம் ஸ்ரீ ஸாயி அநேக ஜந்ம வ்ருத்தாந்தம் ஸவிஸ்தாரமுதீரயதே நம:
61. ஓம் ஸ்ரீ ஸாயி அநேக ஜந்ம ஸமப்ராப்த கர்மபந்த விதாரணாய நம:
62. ஓம் ஸ்ரீ ஸாயி அநேக ஜந்ம ஸம்ஸித்த ச'க்திஜ்ஞாந

ஸ்வரூபவதே நம:

63. ஓம் ஸ்ரீ ஸாயி அந்தர்பஹிச்'ச ஸர்வத்ர வ்யாப்தாகில சராசராய நம:
64. ஓம் ஸ்ரீ ஸாயி அந்தர்ஹ்ருதய ஆகாசா'ய நம:
65. ஓம் ஸ்ரீ ஸாயி அந்தகாலே(அ)பி ரக்ஷகாய நம:
66. ஓம் ஸ்ரீ ஸாயி அந்தர்யாமிணே நம:
67. ஓம் ஸ்ரீ ஸாயி அந்தராத்மநே நம:
68. ஓம் ஸ்ரீ ஸாயி அந்நவஸ்த்ரேப்ஸித ப்ரதாய நம:
69. ஓம் ஸ்ரீ ஸாயி அபராஜித ச'க்தயே நம:
70. ஓம் ஸ்ரீ ஸாயி அபரிக்ரஹ பூஷிதாய நம:
71. ஓம் ஸ்ரீ ஸாயி அபவர்க ப்ரதாத்ரே நம:
72. ஓம் ஸ்ரீ ஸாயி அபவர்கமயாய நம:
73. ஓம் ஸ்ரீ ஸாயி அபாந்தராத்மருபேண ஸ்ரஷ்டுரிஷ்ட

ப்ரவர்த்தகாய நம:

74. ஓம் ஸ்ரீ ஸாயி அபாவ்ருத க்ருபாகாராய நம:
75. ஓம் ஸ்ரீ ஸாயி அபாரஜ்ஞாந ச'க்திமதே நம:
76. ஓம் ஸ்ரீ ஸாயி அபார்த்திவ தேஹஸ்த்தாய நம:
77. ஓம் ஸ்ரீ ஸாயி அபாம்புஷ்ப நிபோதகாய நம:
78. ஓம் ஸ்ரீ ஸாயி அப்ரபஞ்சாய நம:
79. ஓம் ஸ்ரீ ஸாயி அப்ரமத்தாய நம:
80. ஓம் ஸ்ரீ ஸாயி அப்ரமேய குணாகாராய நம:
81. ஓம் ஸ்ரீ ஸாயி அப்ராக்ருத வபுஷே நம:
82. ஓம் ஸ்ரீ ஸாயி அப்ராக்ருத பராக்ரமாய நம:
83. ஓம் ஸ்ரீ ஸாயி அப்ரார்த்திதேஷ்டதாத்ரே நம:
84. ஓம் ஸ்ரீ ஸாயி அப்துல்லாதி பராகதாயே நம:
85. ஓம் ஸ்ரீ ஸாயி அபயம் ஸர்வபூதேப்யோ ததாமிதி வ்ரதிநே நம:
86. ஓம் ஸ்ரீ ஸாயி அபிமாநாதிதூராய நம:
87. ஓம் ஸ்ரீ ஸாயி அபிஷேக சமத்க்ருதயே நம:
88. ஓம் ஸ்ரீ ஸாயி அபீஷ்டவரவர்ஷிணே நம:
89. ஓம் ஸ்ரீ ஸாயி அபீக்ஷ்ண திவ்யச'க்தி ப்ருதே நம:
90. ஓம் ஸ்ரீ ஸாயி அபேதாநந்த ஸந்தாத்ரே நம:
91. ஓம் ஸ்ரீ ஸாயி அமர்த்யாய நம:
92. ஓம் ஸ்ரீ ஸாயி அம்ருதவாக் ஸ்ருதயே நம:
93. ஓம் ஸ்ரீ ஸாயி அரவிந்த தலாக்ஷாய நம:
94. ஓம் ஸ்ரீ ஸாயி அமித பராக்ரமாய நம:
95. ஓம் ஸ்ரீ ஸாயி அரிஷட்வர்க நாசி'நே நம:
96. ஓம் ஸ்ரீ ஸாயி அரிஷ்டக்நாய நம:
97. ஓம் ஸ்ரீ ஸாயி அர்ஹஸத்தமயே நம:
98. ஓம் ஸ்ரீ ஸாயி அலப்யலாப ஸந்தாத்ரே நம:
99. ஓம் ஸ்ரீ ஸாயி அல்பதாந ஸுதோஷிதாய நம:

100. ஓம் ஸ்ரீ ஸாயி அல்லாநாமஸதாவக்த்ரே நம:
101. ஓம் ஸ்ரீ ஸாயி அலம்புத்யா ஸ்வலம்க்ருதாய நம:
102. ஓம் ஸ்ரீ ஸாயி அவதாரித ஸர்வேசா'ய நம:
103. ஓம் ஸ்ரீ ஸாயி அவதீரித வைபவாய நம:
104. ஓம் ஸ்ரீ ஸாயி அவலம்ப்ய பதாப்ஜாய நம:
105. ஓம் ஸ்ரீ ஸாயி அவலீயேதி விச்'ருதாய நம:
106. ஓம் ஸ்ரீ ஸாயி அவதூதாகிலோபாதயே நம:
107. ஓம் ஸ்ரீ ஸாயி அவிசி'ஷ்டாய நம:
108. ஓம் ஸ்ரீ ஸாயி அவசி'ஷ்ட ஸ்வகார்யார்த்தேத்யக்ததேஹம் ப்ரவிஷ்டவதே நம:
109. ஓம் ஸ்ரீ ஸாயி அவாக்பாணி பாதோரவே நம:
110. ஓம் ஸ்ரீ ஸாயி அவாங்கமாநஸ கோசராய நம:
111. ஓம் ஸ்ரீ ஸாயி அவாப்த ஸர்வ காமோ(அ)பி கர்மண்யேவ ப்ரதிஷ்ட்டிதாய நம:
112. ஓம் ஸ்ரீ ஸாயி அவிச்சிந்நாக்நிஹோத்ராய நம:
113. ஓம் ஸ்ரீ ஸாயி அவிச்சிந்ந ஸுகப்ரதாய நம:
114. ஓம் ஸ்ரீ ஸாயி அவேக்ஷித திகந்தஸ்த்த ப்ரஜாபாலந நிஷ்ட்டிதாய நம:
115. ஓம் ஸ்ரீ ஸாயி அவ்யாஜ கருணாஸிந்தவே நம:
116. ஓம் ஸ்ரீ ஸாயி அவ்யாஹதேஷ்டி தேச'காய நம:
117. ஓம் ஸ்ரீ ஸாயி அவ்யாஹ்ருதோபதேசா'ய நம:
118. ஓம் ஸ்ரீ ஸாயி அவ்யாஹ்ருத ஸுகப்ரதாய நம:
119. ஓம் ஸ்ரீ ஸாயி அச'க்யச'க்யகர்த்ரே நம:
120. ஓம் ஸ்ரீ ஸாயி அசு'பாச'ய சு'த்தீக்ருதே நம:
121. ஓம் ஸ்ரீ ஸாயி அசே'ஷ பூதஹ்ருத்ஸ்த்தாணவே நம:
122. ஓம் ஸ்ரீ ஸாயி அசோ'க மோஹச்'ருங்கலாய நம:
123. ஓம் ஸ்ரீ ஸாயி அஷ்டைச்'வர்யயுத த்யாகிநே நம:

124. ஓம் ஸ்ரீ ஸாயி அஷ்டஸித்தி பராங்முகாய நம:
125. ஓம் ஸ்ரீ ஸாயி அஸங்கயோக முக்தாத்மநே நம:
126. ஓம் ஸ்ரீ ஸாயி அஸங்க த்ருடச’ஸ்த்ர ப்ருதே நம:
127. ஓம் ஸ்ரீ ஸாயி அஸங்க்யேயாவதாரேஷு ருணாநுபந்தி ரக்ஷிதாய நம:
128. ஓம் ஸ்ரீ ஸாயி அஹம் ப்ரஹ்ம ஸ்த்திதப்ரஜ்ஞாய நம:
129. ஓம் ஸ்ரீ ஸாயி அஹம் பாவ விவர்ஜிதாய நம:
130. ஓம் ஸ்ரீ ஸாயி அஹம் த்வம் ச த்வமேவாஹமிதி தத்வ ப்ரபோதகாய நம:
131. ஓம் ஸ்ரீ ஸாயி அஹேதுக க்ருபா ஸிந்தவே நம:
132. ஓம் ஸ்ரீ ஸாயி அஹிம்ஸா நிரதாய நம:
133. ஓம் ஸ்ரீ ஸாயி அக்ஷீண ஸெளஹ்ருதாய நம:
134. ஓம் ஸ்ரீ ஸாயி அக்ஷயாய நம:
135. ஓம் ஸ்ரீ ஸாயி அக்ஷய ஸுக ப்ரதாய நம:
136. ஓம் ஸ்ரீ ஸாயி அக்ஷராதபி கூடஸ்த்தாதுத்தம புருஷோத்தமாய நம:
137. ஓம் ஸ்ரீ ஸாயி ஆகுவாஹந மூர்த்தயே நம:
138. ஓம் ஸ்ரீ ஸாயி ஆகமாத்யந்த ஸந்நுதாய நம:
139. ஓம் ஸ்ரீ ஸாயி ஆகமாதீத ஸத்பாவாய நம:
140. ஓம் ஸ்ரீ ஸாயி ஆசார்ய பரமாய நம:
141. ஓம் ஸ்ரீ ஸாயி ஆத்மாநுபவ ஸந்துஷ்டாய நம:
142. ஓம் ஸ்ரீ ஸாயி ஆத்ம வித்யா விசா’ரதாய நம:
143. ஓம் ஸ்ரீ ஸாயி ஆத்மானந்த ப்ரகாசா’ய நம:
144. ஓம் ஸ்ரீ ஸாயி ஆத்மைவ பரமாத்மத்ருசே’ நம:
145. ஓம் ஸ்ரீ ஸாயி ஆத்மைக ஸர்வபூதாத்மநே நம:
146. ஓம் ஸ்ரீ ஸாயி ஆத்மாராமாய நம:
147. ஓம் ஸ்ரீ ஸாயி ஆத்மவதே நம:
148. ஓம் ஸ்ரீ ஸாயி ஆதித்யமத்யவர்த்தினே நம:

149. ஓம் ஸ்ரீ ஸாயி ஆதிமத்யாந்த வர்ஜிதாய நம:
150. ஓம் ஸ்ரீ ஸாயி ஆநந்த பரமாநந்தாய நம:
151. ஓம் ஸ்ரீ ஸாயி ஆநந்தப்ரதாய நம:
152. ஓம் ஸ்ரீ ஸாயி ஆநாகமாத்ருதாஜ்ஞாய நம:
153. ஓம் ஸ்ரீ ஸாயி ஆநதாவந நிர்வ்ருதயே நம:
154. ஓம் ஸ்ரீ ஸாயி ஆபதாமபஹர்த்ரே நம:
155. ஓம் ஸ்ரீ ஸாயி ஆபத்பாந்தவாய நம:
156. ஓம் ஸ்ரீ ஸாயி ஆஃப்ரிகாகத வைத்யாய பரமாநந்ததாயகாய நம:
157. ஓம் ஸ்ரீ ஸாயி ஆயுராரோக்யதார்த்ரே நம:
158. ஓம் ஸ்ரீ ஸாயி ஆர்த்ரத்ராணபராயணாய நம:
159. ஓம் ஸ்ரீ ஸாயி ஆரோபணாபவாதைச்'ச மாயா யோக
வியோக க்ருதே நம:
160. ஓம் ஸ்ரீ ஸாயி ஆவிஷ்க்ருத திரோதத்த பஹுருப விடம்பநாய நம:
161. ஓம் ஸ்ரீ ஸாயி ஆர்த்ரசித்தேந பக்தாநாம் ஸதாநுக்ரஹ
வர்ஷகாய நம:
162. ஓம் ஸ்ரீ ஸாயி ஆசா'பாச' விமுக்தாய நம:
163. ஓம் ஸ்ரீ ஸாயி ஆசா'பாச' விமோசகாய நம:
164. ஓம் ஸ்ரீ ஸாயி இச்சாதீந ஜகத்ஸர்வாய நம:
165. ஓம் ஸ்ரீ ஸாயி இச்சாதீந வபுஷே நம:
166. ஓம் ஸ்ரீ ஸாயி இஷ்டேப்ஸிதார்த்ததாத்ரே நம:
167. ஓம் ஸ்ரீ ஸாயி இச்சாமோஹ நிவர்த்தகாய நம:
168. ஓம் ஸ்ரீ ஸாயி இச்சோத்தது:க ஸம்ச்சேத்ரே நம:
169. ஓம் ஸ்ரீ ஸாயி இந்த்ரியாராதி தர்ப்பக்நே நம:
170. ஓம் ஸ்ரீ ஸாயி இந்திரா ரமணஹ்லாதிநாம ஸஹஸ்ரபூத
ஹ்ருதே நம:
171. ஓம் ஸ்ரீ ஸாயி இந்தீவரதல ஜ்யோதிர்லோசநாலன்க்ருதாந்நாய நம:
172. ஓம் ஸ்ரீ ஸாயி இந்துசீ'தல பாஷிணே நம:

173. ஓம் ஸ்ரீ ஸாயி இந்துவத்ப்ரிய தர்ச'நாய நம:
174. ஓம் ஸ்ரீ ஸாயி இஷ்டபூர்த்தச'தைர்லப்தாய நம:
175. ஓம் ஸ்ரீ ஸாயி இஷ்டதைவஸ்வருபத்ருதே நம:
176. ஓம் ஸ்ரீ ஸாயி இஷ்டிகாதாந ஸுப்ரீதாய நம:
177. ஓம் ஸ்ரீ ஸாயி இஷ்டிகாலய ரக்ஷித்ரே நம:
178. ஓம் ஸ்ரீ ஸாயி ஈசா'ஸக்தமநோபுத்தயே நம:
179. ஓம் ஸ்ரீ ஸாயி ஈசா'ராதன தத்பராய நம:
180. ஓம் ஸ்ரீ ஸாயி ஈசி'தாகில தேவாய நம:
181. ஓம் ஸ்ரீ ஸாயி ஈசா'வாஸ்யார்த்த ஸூசகாய நம:
182. ஓம் ஸ்ரீ ஸாயி உச்சாரணாத்ருதே பக்த ஹ்ருதாந்த உபதேச'காய நம:
183. ஓம் ஸ்ரீ ஸாயி உத்தமப்ரேம மார்கிணே நம:
184. ஓம் ஸ்ரீ ஸாயி உத்தமோத்தார கர்மக்ருதே நம:
185. ஓம் ஸ்ரீ ஸாயி உதாஸீநவதாஸீநாய நம:
186. ஓம் ஸ்ரீ ஸாயி உத்தாராமித்யுதீரகாய நம:
187. ஓம் ஸ்ரீ ஸாயி உத்தவாய மயா ப்ரோக்தம் பாகவதமிதி ப்ருவதே நம:
188. ஓம் ஸ்ரீ ஸாயி உந்மத்த ச்'வாபிகோப்த்ரே நம:
189. ஓம் ஸ்ரீ ஸாயி உந்மத்தவேஷநாம த்ருதே நம:
190. ஓம் ஸ்ரீ ஸாயி உபத்ரவநிவாரிணே நம:
191. ஓம் ஸ்ரீ ஸாயி உபாம்சு'ஜப போதகாய நம:
192. ஓம் ஸ்ரீ ஸாயி உமேச'ரமேச'யுக்தாத்மநே நம:
193. ஓம் ஸ்ரீ ஸாயி ஊர்ஜிதபக்தி லக்ஷணாய நம:
194. ஓம் ஸ்ரீ ஸாயி ஊர்ஜித வாக்ப்ரதாத்ரே நம:
195. ஓம் ஸ்ரீ ஸாயி ஊர்த்வ ரேதஸே நம:
196. ஓம் ஸ்ரீ ஸாயி ஊர்த்வமூல அத: சா'காம் அச்'வத்தம் பஸ்மஸாத்கராய நம:

197. ஓம் ஸ்ரீ ஸாயி ஊர்த்வகதி விதாத்ரே நம:
198. ஓம் ஸ்ரீ ஸாயி ஊர்த்வபத்த த்விகேதநாய நம:
199. ஓம் ஸ்ரீ ஸாயி ருஜவே நம:
200. ஓம் ஸ்ரீ ஸாயி ருதம்பர ப்ரஜ்ஞாய நம:
201. ஓம் ஸ்ரீ ஸாயி ருணக்லிஷ்ட தநப்ரதாய நம:
202. ஓம் ஸ்ரீ ஸாயி ருணாநுபத்த ஜந்தூனாம் ருணமுகத்யை
ஃபலப்ரதாய நம:
203. ஓம் ஸ்ரீ ஸாயி ஏகாகிநே நம:
204. ஓம் ஸ்ரீ ஸாயி ஏகபக்தயே நம:
205. ஓம் ஸ்ரீ ஸாயி ஏகவாக்காய மானஸாய நம:
206. ஓம் ஸ்ரீ ஸாயி ஏகாதச்’யாம் ஸ்வபக்தாநாம் ஸ்வதநோக்ருத
நிஷ்க்ருதயே நம:
207. ஓம் ஸ்ரீ ஸாயி ஏகாக்ஷர பரஜ்ஞாநிநே நம:
208. ஓம் ஸ்ரீ ஸாயி ஏகாத்மா ஸர்வதேச’த்ருசே’ நம:
209. ஓம் ஸ்ரீ ஸாயி ஏகேச்’வர ப்ரதீதயே நம:
210. ஓம் ஸ்ரீ ஸாயி ஏகரீத்யாத்ருதாகிலாய நம:
211. ஓம் ஸ்ரீ ஸாயி ஐக்யாநந்த கத த்வந்த்வாய நம:
212. ஓம் ஸ்ரீ ஸாயி ஐக்யாநந்தவிதாயகாய நம:
213. ஓம் ஸ்ரீ ஸாயி ஐக்யக்ருதே நம:
214. ஓம் ஸ்ரீ ஸாயி ஐக்யபூதாத்மநே நம:
215. ஓம் ஸ்ரீ ஸாயி ஐஹிகா முஷ்மிக ப்ரதாய நம:
216. ஓம் ஸ்ரீ ஸாயி ஓம்காராதராய நம:
217. ஓம் ஸ்ரீ ஸாயி ஓஜஸ்விநே நம:
218. ஓம் ஸ்ரீ ஸாயி ஒளஷதீக்ருத பஸ்மதாய நம:
219. ஓம் ஸ்ரீ ஸாயி கதா கீர்த்தந பத்தத்யாம் நாரதாநுஷ்டிதம்
ஸ்துவதே நம:

220. ஓம் ஸ்ரீ ஸாயி கபர்தே க்லேச’நாசி’னே நம:

221. ஓம் ஸ்ரீ ஸாயி கபீர்தாஸ அவதாரகாய நம:

222. ஓம் ஸ்ரீ ஸாயி கபர்த்தே புத்ரரக்ஷார்த்த அனுபூத ததாமயாய நம:

223. ஓம் ஸ்ரீ ஸாயி கமலாச்’லிஷ்ட பாதாப்ஜாய நம:

224. ஓம் ஸ்ரீ ஸாயி கமலாயத லோசநாய நம:

225. ஓம் ஸ்ரீ ஸாயி கந்தர்ப்பதர்ப்ப வித்வம்ஸிநே நம:

226. ஓம் ஸ்ரீ ஸாயி கமநீய குணாலயாய நம:

227. ஓம் ஸ்ரீ ஸாயி கர்த்தா(அ)கர்த்தாந்யதாகர்த்ரே நம:

228. ஓம் ஸ்ரீ ஸாயி கர்மயுக்தோப்ய கர்மக்ருதே நம:

229. ஓம் ஸ்ரீ ஸாயி கர்மக்ருதே நம:

230. ஓம் ஸ்ரீ ஸாயி கர்ம நிர்முக்தாய நம:

231. ஓம் ஸ்ரீ ஸாயி கர்மா(அ)கர்ம விசக்ஷணாய நம:

232. ஓம் ஸ்ரீ ஸாயி கர்மபீஜ க்ஷயம் கர்த்ரே நம:

233. ஓம் ஸ்ரீ ஸாயி கர்ம நிர்மூலன க்ஷமாய நம:

234. ஓம் ஸ்ரீ ஸாயி கர்மவ்யாதி நிவாரணாய நம:

235. ஓம் ஸ்ரீ ஸாயி கர்மபந்த விநாச’காய நம:

236. ஓம் ஸ்ரீ ஸாயி கலிமலாபஹாரிணே நம:

237. ஓம் ஸ்ரீ ஸாயி கலௌ ப்ரத்யக்ஷ தேவதாய நம:

238. ஓம் ஸ்ரீ ஸாயி கலியுகாவதாராய நம:

239. ஓம் ஸ்ரீ ஸாயி கல்யுத்த பவபஞ்ஜநாய நம:

240. ஓம் ஸ்ரீ ஸாயி கல்யாணானந்த நாம்நே நம:

241. ஓம் ஸ்ரீ ஸாயி கல்யாண குண பூஷணாய நம:

242. ஓம் ஸ்ரீ ஸாயி கவிதாஸகணு த்ராத்ரே நம:

243. ஓம் ஸ்ரீ ஸாயி கஷ்டநாச’கரௌஷதாய நம:

244. ஓம் ஸ்ரீ ஸாயி காகாதீக்ஷித ரக்ஷாயாம் துரீணோ அஹமிதீரகாய நம:

245. ஓம் ஸ்ரீ ஸாயி காநாபீலாதபி த்ராத்ரே நம:
246. ஓம் ஸ்ரீ ஸாயி காநனே பாநதாநக்ருதே நம:
247. ஓம் ஸ்ரீ ஸாயி காமஜிதே நம:
248. ஓம் ஸ்ரீ ஸாயி காமரூபிணே நம:
249. ஓம் ஸ்ரீ ஸாயி காமஸங்கல்ப வர்ஜிதாய நம:
250. ஓம் ஸ்ரீ ஸாயி காமிதார்த்த ப்ரதாத்ரே நம:
251. ஓம் ஸ்ரீ ஸாயி காமாதி ச'த்ருநாச'நாய நம:
252. ஓம் ஸ்ரீ ஸாயி காம்ய கர்ம ஸுஸந்யஸ்தாய நம:
253. ஓம் ஸ்ரீ ஸாயி காமேனாஸக்தி நாச'காய நம:
254. ஓம் ஸ்ரீ ஸாயி காலாய நம:
255. ஓம் ஸ்ரீ ஸாயி கால காலாய நம:
256. ஓம் ஸ்ரீ ஸாயி காலாதீதாய நம:
257. ஓம் ஸ்ரீ ஸாயி காலக்ருதே நம:
258. ஓம் ஸ்ரீ ஸாயி காலதர்ப்ப விநாசி'நே நம:
259. ஓம் ஸ்ரீ ஸாயி காலரா தர்ஜந க்ஷமாய நம:
260. ஓம் ஸ்ரீ ஸாயி காலா சு'நக தத்தாந்நம் ஜ்வரம்
ஹரேதிதி ப்ருவதே நம:
261. ஓம் ஸ்ரீ ஸாயி காலாக்நி ஸத்ருச' க்ரோதாய நம:
262. ஓம் ஸ்ரீ ஸாயி காசீ'ராமாஸுரக்ஷகாய நம:
263. ஓம் ஸ்ரீ ஸாயி கீர்த்திவ்யாப்த திகந்தாய நம:
264. ஓம் ஸ்ரீ ஸாயி குஃப்நீவீத கலேபராய நம:
265. ஓம் ஸ்ரீ ஸாயி கும்பாராக்நி சி'சு'த்ராத்ரே நம:
266. ஓம் ஸ்ரீ ஸாயி குஷ்ட்டரோக நிவாரகாய நம:
267. ஓம் ஸ்ரீ ஸாயி கூடஸ்த்தாய நம:
268. ஓம் ஸ்ரீ ஸாயி க்ருதஜ்ஞாய நம:
269. ஓம் ஸ்ரீ ஸாயி க்ருத்ஸ்நக்ஷேத்ர ப்ரகாச'காய நம:

270. ஓம் ஸ்ரீ ஸாயி க்ருத்ஸ்நஜ்ஞாய நம:

271. ஓம் ஸ்ரீ ஸாயி க்ருபா பூர்ணாய நம:

272. ஓம் ஸ்ரீ ஸாயி க்ருபயா பாலிதார்பகாய நம:

273. ஓம் ஸ்ரீ ஸாயி க்ருஷ்ணராம சி'வாத்ரேய மாருத்யாதி
ஸ்வரூபத்ருதே நம:

274. ஓம் ஸ்ரீ ஸாயி கேவலாத்மாநுபூதயே நம:

275. ஓம் ஸ்ரீ ஸாயி கைவல்யபத தாயகாய நம:

276. ஓம் ஸ்ரீ ஸாயி கோவிதாய நம:

277. ஓம் ஸ்ரீ ஸாயி கோமலாங்காய நம:

278. ஓம் ஸ்ரீ ஸாயி கோபவ்யாஜ சு'ப்ப்ரதாய நம:

279. ஓம் ஸ்ரீ ஸாயி கோ அஹம் இதி திவாநக்தம்
விசாரமநுசா'ஸகாய நம:

280. ஓம் ஸ்ரீ ஸாயி க்லிஷ்டரக்ஷா துரீணாய நம:

281. ஓம் ஸ்ரீ ஸாயி க்ரோதஜிதே நம:

282. ஓம் ஸ்ரீ ஸாயி க்லேச'நாச'நாய நம:

283. ஓம் ஸ்ரீ ஸாயி ககந ஸௌக்ஷ்ம்ய விஸ்தாராய நம:

284. ஓம் ஸ்ரீ ஸாயி கம்பீர மதுர ஸ்வநாய நம:

285. ஓம் ஸ்ரீ ஸாயி கங்காதீர நிவாஸிநே நம:

286. ஓம் ஸ்ரீ ஸாயி கங்கோத்பத்தி பதாம்புஜாய நம:

287. ஓம் ஸ்ரீ ஸாயி கங்காகிரிதி க்யாத யதி ச்'ரேஷ்ட்டேன
ஸம்ஸ்துதாய நம:

288. ஓம் ஸ்ரீ ஸாயி கந்த புஷ்பாக்ஷதை பூஜ்யாய நம:

289. ஓம் ஸ்ரீ ஸாயி கதிவிதே நம:

290. ஓம் ஸ்ரீ ஸாயி கதி ஸூசகாய நம:

291. ஓம் ஸ்ரீ ஸாயி கஹ்வரேஷ்ட புராணாய நம:

292. ஓம் ஸ்ரீ ஸாயி கர்வமாத்ஸர்ய வர்ஜிதாய நம:

293. ஓம் ஸ்ரீ ஸாயி காநந்ருத்ய விநோதாய நம:
294. ஓம் ஸ்ரீ ஸாயி காலவண்கர் வரப்ரதாய நம:
295. ஓம் ஸ்ரீ ஸாயி கிரீச' ஸத்ருச'த்யாகிநே நம:
296. ஓம் ஸ்ரீ ஸாயி கீதாசார்யாய நம:
297. ஓம் ஸ்ரீ ஸாயி கீதாத்புதார்த்த வக்த்ரே நம:
298. ஓம் ஸ்ரீ ஸாயி கீதா ரஹஸ்ய ஸம்ப்ரதாய நம:
299. ஓம் ஸ்ரீ ஸாயி கீதா ஜ்ஞாந மயாய நம:
300. ஓம் ஸ்ரீ ஸாயி கீதாபூர்ணோபதேச'காய நம:
301. ஓம் ஸ்ரீ ஸாயி குணாதீதாய நம:
302. ஓம் ஸ்ரீ ஸாயி குணாத்மநே நம:
303. ஓம் ஸ்ரீ ஸாயி குணதோஷ விவர்ஜிதாய நம:
304. ஓம் ஸ்ரீ ஸாயி குணாகுணேஷுவர்த்தந்த இத்யநாஸக்தி ஸூஸ்த்திராய நம:
305. ஓம் ஸ்ரீ ஸாயி குப்தாய நம:
306. ஓம் ஸ்ரீ ஸாயி குஹாஹிதாய நம:
307. ஓம் ஸ்ரீ ஸாயி கூடாய நம:
308. ஓம் ஸ்ரீ ஸாயி குப்தஸர்வநிபோதகாய நம:
309. ஓம் ஸ்ரீ ஸாயி குர்வந்க்ரி தீவ்ர பக்திச்சேத்த தேவாலமிதீரயதே நம:
310. ஓம் ஸ்ரீ ஸாயி குரவே நம:
311. ஓம் ஸ்ரீ ஸாயி குருதமாய நம:
312. ஓம் ஸ்ரீ ஸாயி குஹ்யாய நம:
313. ஓம் ஸ்ரீ ஸாயி குருபாத பராயணாய நம:
314. ஓம் ஸ்ரீ ஸாயி குர்வீசா'ங்க்ரி ஸதாத்யாத்ரே நம:
315. ஓம் ஸ்ரீ ஸாயி குருஸந்தோஷவர்தநாய நம:
316. ஓம் ஸ்ரீ ஸாயி குருப்ரேம ஸமாலப்த பரிபூர்ண ஸ்வருபவதே நம:
317. ஓம் ஸ்ரீ ஸாயி குருபாஸன ஸம்ஸித்தாய நம:

318. ஓம் ஸ்ரீ ஸாயி குருமார்க ப்ரவர்த்தகாய நம:
319. ஓம் ஸ்ரீ ஸாயி குர்வாத்ம தேவதாபுத்யா ப்ரஹ்மாநந்தமயாய நம:
320. ஓம் ஸ்ரீ ஸாயி குரோ: ஸமாதி பார்ச்'வஸ்த்த நிம்ப
சாயாநிவாஸக்ருதே நம:
321. ஓம் ஸ்ரீ ஸாயி குருவெங்கூச' ஸம்ப்ராப்த வஸ்த்ரேஷ்ட்டிகா ஸதா
த்ருதாய நம:
322. ஓம் ஸ்ரீ ஸாயி குருபரம்பராதிஷ்ட ஸர்வத்யாகபராயணாய நம:
323. ஓம் ஸ்ரீ ஸாயி குரு பரம்பராப்ராப்த ஸச்சிதாநந்த மூர்த்திமதே நம:
324. ஓம் ஸ்ரீ ஸாயி க்ருஹஹீந மஹாராஜாய நம:
325. ஓம் ஸ்ரீ ஸாயி க்ருஹமேதி பராச்'ரயாய நம:
326. ஓம் ஸ்ரீ ஸாயி கோபீம்ஸ்த்ராதா யதா க்ருஷ்ண: ததா நாச்நே
குலாவநாய நம:
327. ஓம் ஸ்ரீ ஸாயி கோபாலகுண்டுராயாதி புத்ரபௌத்ராதி வர்தநாய நம:
328. ஓம் ஸ்ரீ ஸாயி கோஷ்பதீக்ருத கஷ்டாப்தயே நம:
329. ஓம் ஸ்ரீ ஸாயி கோதாவரீ தடாகதாய நம:
330. ஓம் ஸ்ரீ ஸாயி சதுர்புஜாய நம:
331. ஓம் ஸ்ரீ ஸாயி சதுர்பாஹூ நிவாரித ந்ருஸங்கடாய நம:
332. ஓம் ஸ்ரீ ஸாயி சமத்காரை: ஸங்க்லிஷ்டைர்பக்தி ஜ்ஞாந
விவர்தநாய நம:
333. ஓம் ஸ்ரீ ஸாயி சந்தநாலேபருஷ்டாநாம்,துஷ்டாநாம் தர்ஷண
க்ஷமாய நம:
334. ஓம் ஸ்ரீ ஸாயி சந்தோர்கராதி பக்தாநாம் ஸதாபாலன
நிஷ்ட்டிதாய நம:
335. ஓம் ஸ்ரீ ஸாயி சராசர பரிவ்யாப்தாய நம:
336. ஓம் ஸ்ரீ ஸாயி சர்மதாஹேப்ய விக்ரியாய நம:
337. ஓம் ஸ்ரீ ஸாயி சாந்த்பாயாக்யபாடேலார்த்தம் சமத்கார
ஸஹாயக்ருதே நம:

338. ஓம் ஸ்ரீ ஸாயி சிந்தாமக்ந பரித்ராணே தஸ்ய ஸர்வ பாரம்
வஹாய நம:
339. ஓம் ஸ்ரீ ஸாயி சித்ராதிசித்ர சாரித்ராய நம:
340. ஓம் ஸ்ரீ ஸாயி சிந்மயாநந்தாய நம:
341. ஓம் ஸ்ரீ ஸாயி சிரவாஸ க்ருதைர்பந்தை: சி'ர்டிக்ராம
புநர்கதயே நம:
342. ஓம் ஸ்ரீ ஸாயி சோராத்யாஹ்ருத வஸ்தூனி
தத்தாந்யேவேதிஹர்ஷிதாய நம:
343. ஓம் ஸ்ரீ ஸாயி சிந்ந ஸம்ச'யாய நம:
344. ஓம் ஸ்ரீ ஸாயி சிந்ந ஸம்ஸார பந்தநாய நம:
345. ஓம் ஸ்ரீ ஸாயி ஜகத் பித்ரே நம:
346. ஓம் ஸ்ரீ ஸாயி ஜகந்மாத்ரே நம:
347. ஓம் ஸ்ரீ ஸாயி ஜகத்ராத்ரே நம:
348. ஓம் ஸ்ரீ ஸாயி ஜகத்திதாய நம:
349. ஓம் ஸ்ரீ ஸாயி ஜகத்ஸ்ரஷ்ட்ரே நம:
350. ஓம் ஸ்ரீ ஸாயி ஜகத்ஸாக்ஷிணே நம:
351. ஓம் ஸ்ரீ ஸாயி ஜகத்வ்யாபிநே நம:
352. ஓம் ஸ்ரீ ஸாயி ஜகத்குரவே நம:
353. ஓம் ஸ்ரீ ஸாயி ஜகத்ப்ரபவே நம:
354. ஓம் ஸ்ரீ ஸாயி ஜகந்நாதாய நம:
355. ஓம் ஸ்ரீ ஸாயி ஜகதேக திவாகராய நம:
356. ஓம் ஸ்ரீ ஸாயி ஜகந்மோஹ சமத்காராய நம:
357. ஓம் ஸ்ரீ ஸாயி ஜகந்நாடக ஸூத்ரத்ருதே நம:
358. ஓம் ஸ்ரீ ஸாயி ஜகந்மங்கல கர்த்ரே நம:
359. ஓம் ஸ்ரீ ஸாயி ஜகந்மாயேதி போதகாய நம:
360. ஓம் ஸ்ரீ ஸாயி ஜடோந்மத்த பிசா'சாபோப்யந்த: ஸச்சித் ஸுக
ஸ்த்திதாய நம:

361. ஓம் ஸ்ரீ ஸாயி ஜந்மபந்த விநிர்முக்தாய நம:
362. ஓம் ஸ்ரீ ஸாயி ஜந்மஸாஃபல்ய மந்த்ரதாய நம:
363. ஓம் ஸ்ரீ ஸாயி ஜந்மஜந்மாந்தரஜ்ஞாய நம:
364. ஓம் ஸ்ரீ ஸாயி ஜந்மநாச'ரஹஸ்யவிதே நம:
365. ஓம் ஸ்ரீ ஸாயி ஜந்மநாமஸுஸந்துஷ்ட ஹரிப்ரத்யக்ஷ பாவிதாய நம:
366. ஓம் ஸ்ரீ ஸாயி ஜநஜல்ப மநாத்ருத்ய ஜபஸித்தி மஹாத்யுதயே நம:
367. ஓம் ஸ்ரீ ஸாயி ஜபப்ரேரித பக்தாய நம:
368. ஓம் ஸ்ரீ ஸாயி ஜப்ய நாம்நே நம:
369. ஓம் ஸ்ரீ ஸாயி ஜநேச்'வராய நம:
370. ஓம் ஸ்ரீ ஸாயி ஜலஹீநஸ்த்தலே கின்னபக்தார்த்தம் ஜல ஸ்ருஷ்டிக்ருதே நம:
371. ஓம் ஸ்ரீ ஸாயி ஜவராலீதி மௌலாநாஸேவநே(அ)க்லிஷ்ட மானஸாய நம:
372. ஓம் ஸ்ரீ ஸாயி ஜாதக்ராமாந்த குரோர்வாஸம் தஸ்மாத்பூர்வஸ்த்தலம் வ்ரஜதே நம:
373. ஓம் ஸ்ரீ ஸாயி ஜாதிர்பேதோமதைர்பேத இதி பேததிரஸ்க்ருதாய நம:
374. ஓம் ஸ்ரீ ஸாயி ஜாதிவித்யாதனை: ச அபி ஹீநாந் ஆர்த்ர ஹ்ருதாவநாய நம:
375. ஓம் ஸ்ரீ ஸாயி ஜாம்பூநத பரித்யாகினே நம:
376. ஓம் ஸ்ரீ ஸாயி ஜாகருகாந்வித ப்ரஜாய நம:
377. ஓம் ஸ்ரீ ஸாயி ஜாயாபத்ய க்ருஹயக்ஷேத்ர ஸ்வஜந ஸ்வார்த்தவர்ஜிதாய நம:
378. ஓம் ஸ்ரீ ஸாயி ஜிதத்வைதமஹாமோஹாய நம:
379. ஓம் ஸ்ரீ ஸாயி ஜிதக்ரோதாய நம:
380. ஓம் ஸ்ரீ ஸாயி ஜிதேந்த்ரியாய நம:

381. ஓம் ஸ்ரீ ஸாயி ஜிதகந்தர்ப்ப தர்ப்பாய நம:
382. ஓம் ஸ்ரீ ஸாயி ஜிதாத்மநே நம:
383. ஓம் ஸ்ரீ ஸாயி ஜிதஷட்ரிபவே நம:
384. ஓம் ஸ்ரீ ஸாயி ஜீர்ணஹூணாலயஸ்த்தானே
பூர்வஜன்ம க்ருதம் ஸ்மரதே நம:
385. ஓம் ஸ்ரீ ஸாயி ஜீர்ணஹூணாலயம்சாத்ய
ஸர்வமர்த்யாலயம்கராய நம:
386. ஓம் ஸ்ரீ ஸாயி ஜீர்ணவஸ்த்ரஸமம்மத்வா தேஹம் த்யக்தவா
ஸுகம் ஸ்த்திதாய நம:
387. ஓம் ஸ்ரீ ஸாயி ஜீர்ணவஸ்த்ரஸமம்பச்'யன் த்யக்த்வா தேஹம்
ப்ரவிஷ்ட்டவதே நம:
388. ஓம் ஸ்ரீ ஸாயி ஜீவந்முக்தாய நம:
389. ஓம் ஸ்ரீ ஸாயி ஜீவாநாம்முக்தி ஸத்கதிதாயகாய நம:
390. ஓம் ஸ்ரீ ஸாயி ஜ்யோதிஷ்ய சா'ஸ்த்ர ரஹஸ்யஜ்ஞாய நம:
391. ஓம் ஸ்ரீ ஸாயி ஜ்யோதிர்ஜ்ஞாநப்ரதாய நம:
392. ஓம் ஸ்ரீ ஸாயி ஜ்யோக்ச ஸூர்யம் த்ருசா'பச்'யதே நம:
393. ஓம் ஸ்ரீ ஸாயி ஜ்ஞாநபாஸ்கர மூர்த்திமதே நம:
394. ஓம் ஸ்ரீ ஸாயி ஜ்ஞாந ஸர்வ ரஹஸ்யாய நம:
395. ஓம் ஸ்ரீ ஸாயி ஜ்ஞாத ப்ரஹ்மபராத்பராய நம:
396. ஓம் ஸ்ரீ ஸாயி ஜ்ஞாநபக்தி ப்ரதாய நம:
397. ஓம் ஸ்ரீ ஸாயி ஜ்ஞானவிஜ்ஞாந நிச்'சயாய நம:
398. ஓம் ஸ்ரீ ஸாயி ஜ்ஞாநச'க்தி ஸமாரூடாய நம:
399. ஓம் ஸ்ரீ ஸாயி ஜ்ஞாநயோக வ்யவஸ்த்திதாய நம:
400. ஓம் ஸ்ரீ ஸாயி ஜ்ஞாநாக்நிதக்தகர்மணே நம:
401. ஓம் ஸ்ரீ ஸாயி ஜ்ஞாநநிர்தூத கல்மஷாய நம:
402. ஓம் ஸ்ரீ ஸாயி ஜ்ஞாநவைராக்ய ஸந்தாத்ரே நம:

403. ஓம் ஸ்ரீ ஸாயி ஜ்ஞானஸஞ்சிந்ந ஸம்ச’யாய நம:
404. ஓம் ஸ்ரீ ஸாயி ஜ்ஞானாபாஸ்த மஹாமோஹாய நம:
405. ஓம் ஸ்ரீ ஸாயி ஜ்ஞானீத்யாத்மைவ நிச்’சயாய நம:
406. ஓம் ஸ்ரீ ஸாயி ஜ்ஞானேச்’வரீ படத்தைவ ப்ரதிபந்த நிவாரகாய நம:
407. ஓம் ஸ்ரீ ஸாயி ஜ்ஞானாய நம:
408. ஓம் ஸ்ரீ ஸாயி ஜ்ஞேயாய நம:
409. ஓம் ஸ்ரீ ஸாயி ஜ்ஞாநகம்யாய நம:
410. ஓம் ஸ்ரீ ஸாயி ஜ்ஞாதஸர்வ பரம் மதாய நம:
411. ஓம் ஸ்ரீ ஸாயி ஜ்யோதிஷாம் ப்ரதம ஜ்யோதிஷே நம:
412. ஓம் ஸ்ரீ ஸாயி ஜ்யோதிர்ஹீந த்யுதி ப்ரதாய நம:
413. ஓம் ஸ்ரீ ஸாயி தபஸ்ஸந்தீப்த தேஜஸ்வினே நம:
414. ஓம் ஸ்ரீ ஸாயி தப்தகாஞ்சந ஸந்நிபாய நம:
415. ஓம் ஸ்ரீ ஸாயி தத்வஜ்ஞாநார்த்த தர்சி’நே நம:
416. ஓம் ஸ்ரீ ஸாயி தத்வமஸ்யாதி லக்ஷிதாய நம:
417. ஓம் ஸ்ரீ ஸாயி தத்வவிதே நம:
418. ஓம் ஸ்ரீ ஸாயி தத்வமூர்த்தயே நம:
419. ஓம் ஸ்ரீ ஸாயி தந்த்ராலஸ்யவிவர்ஜிதாய நம:
420. ஓம் ஸ்ரீ ஸாயி தத்வமாலாதராய நம:
421. ஓம் ஸ்ரீ ஸாயி தத்வஸார விசா’ரதாய நம:
422. ஓம் ஸ்ரீ ஸாயி தர்ஜிதாந்தக தூதாய நம:
423. ஓம் ஸ்ரீ ஸாயி தமஸ: பராய நம:
424. ஓம் ஸ்ரீ ஸாயி தாத்யாகணபதி ப்ரேஷ்ட்டாய நம:
425. ஓம் ஸ்ரீ ஸாயி தாத்யாநூல்கர்கதிப்ரதாய நம:
426. ஓம் ஸ்ரீ ஸாயி தாரக ப்ரஹ்மநாம்நே நம:
427. ஓம் ஸ்ரீ ஸாயி தமோ ரஜோ விவர்ஜிதாய நம:
428. ஓம் ஸ்ரீ ஸாயி தாமரஸதலாக்ஷாய நம:

429. ஓம் ஸ்ரீ ஸாயி தாராபாய் ஸுரக்ஷகாய நம:
430. ஓம் ஸ்ரீ ஸாயி திலகபூஜிதாங்க்ரயே நம:
431. ஓம் ஸ்ரீ ஸாயி திர்யக்ஜந்து கதிப்ரதாய நம:
432. ஓம் ஸ்ரீ ஸாயி தீர்த்தக்ருத நிவாஸாய நம:
433. ஓம் ஸ்ரீ ஸாயி தீர்த்த பாதாய நம:
434. ஓம் ஸ்ரீ ஸாயி தீவ்ரபக்தி ந்ருஸிம்ஹாதி
பக்தாலீபூர்யநுக்ரஹாய நம:
435. ஓம் ஸ்ரீ ஸாயி தீவ்ரப்ரேமவிராகாப்த வேங்கடேச' க்ருபாநிதயே நம:
436. ஓம் ஸ்ரீ ஸாயி துல்யப்ரியாப்ரியாய நம:
437. ஓம் ஸ்ரீ ஸாயி துல்ய நிந்தாத்ம ஸம்ஸ்துதயே நம:
438. ஓம் ஸ்ரீ ஸாயி துல்யாதிக விஹீநாய நம:
439. ஓம் ஸ்ரீ ஸாயி துஷ்ட ஸஜ்ஜந ஸம்வ்ருதாய நம:
440. ஓம் ஸ்ரீ ஸாயி த்ருப்தாத்மநே நம:
441. ஓம் ஸ்ரீ ஸாயி த்ருஷாஹீநாய நம:
442. ஓம் ஸ்ரீ ஸாயி த்ருணீக்ருத ஜகத்வஸவே நம:
443. ஓம் ஸ்ரீ ஸாயி தைலீக்ருத ஜலபூர்ணதீப ஸந்ஜ்வலிதாலயாய நம:
444. ஓம் ஸ்ரீ ஸாயி த்ரிகாலஜ்ஞாய நம:
445. ஓம் ஸ்ரீ ஸாயி த்ரிமூர்த்தயே நம:
446. ஓம் ஸ்ரீ ஸாயி த்ரிகுணாதீதாய நம:
447. ஓம் ஸ்ரீ ஸாயி த்ரியாமா யோக நிஷ்ட்டாத்மா தச'திக்பக்த
பாலகாய நம:
448. ஓம் ஸ்ரீ ஸாயி த்ரிவர்க மோக்ஷ ஸந்தாத்ரே நம:
449. ஓம் ஸ்ரீ ஸாயி த்ரிபுடீரஹித ஸ்திதயே நம:
450. ஓம் ஸ்ரீ ஸாயி த்ரிலோக ஸ்வேச்சா ஸஞ்சாரிணே நம:
451. ஓம் ஸ்ரீ ஸாயி த்ரைலோக்ய திமிராபஹாய நம:
452. ஓம் ஸ்ரீ ஸாயி த்யக்தகர்மஃபலாஸங்காய நம:

453. ஓம் ஸ்ரீ ஸாயி த்யக்தபோக ஸதாஸுகிநே நம:
454. ஓம் ஸ்ரீ ஸாயி த்யக்ததேஹாத்ம புத்தயே நம:
455. ஓம் ஸ்ரீ ஸாயி த்யக்தஸர்வபரிக்ரஹாய நம:
456. ஓம் ஸ்ரீ ஸாயி த்யக்த்வா மாயாமயம் ஸர்வம் ஸ்வே மஹிம்நே ஸதா ஸ்த்திதாய நம:
457. ஓம் ஸ்ரீ ஸாயி தண்டத்ருதே நம:
458. ஓம் ஸ்ரீ ஸாயி தண்டநார்ஹாணாம் துஷ்டவ்ருத்தேர் நிவர்த்தகாய நம:
459. ஓம் ஸ்ரீ ஸாயி தம்பதர்ப்பாதிதூராய நம:
460. ஓம் ஸ்ரீ ஸாயி தக்ஷிணாமூர்த்தயே நம:
461. ஓம் ஸ்ரீ ஸாயி தக்ஷிணாதாந கர்த்ருப்யோ தச'தாப்ரதிதாயகாய நம:
462. ஓம் ஸ்ரீ ஸாயி தக்ஷிணாப்ரார்த்தநாத்வாரா சு'பக்ருத்தத்வ போதகாய நம:
463. ஓம் ஸ்ரீ ஸாயி தயாபராய நம:
464. ஓம் ஸ்ரீ ஸாயி தயாஸிந்தவே நம:
465. ஓம் ஸ்ரீ ஸாயி தத்தாத்ரேயாய நம:
466. ஓம் ஸ்ரீ ஸாயி தரித்ரோயம் தநீவேதி பேதாசார விவர்ஜிதாய நம:
467. ஓம் ஸ்ரீ ஸாயி தஹராகாச'பானவே நம:
468. ஓம் ஸ்ரீ ஸாயி தக்தஹஸ்தார்பகவநாய நம:
469. ஓம் ஸ்ரீ ஸாயி தாரித்ரய து:க பீதிக்நாய நம:
470. ஓம் ஸ்ரீ ஸாயி தாமோதர வரப்ரதாய நம:
471. ஓம் ஸ்ரீ ஸாயி தாநசௌ'ண்டாய நம:
472. ஓம் ஸ்ரீ ஸாயி தாந்தாய நம:
473. ஓம் ஸ்ரீ ஸாயி தாநை:சாந்யாந் வச'ம் நாயதே நம:
474. ஓம் ஸ்ரீ ஸாயி தாநமார்கஸ்கலத்பாத நாநா சந்தோர்கராவநாய நம:

475. ஓம் ஸ்ரீ ஸாயி திவ்யஜ்ஞாநப்ரதாய நம:
476. ஓம் ஸ்ரீ ஸாயி திவ்யமங்கலவிக்ரஹாய நம:
477. ஓம் ஸ்ரீ ஸாயி தீநே தயாபராய நம:
478. ஓம் ஸ்ரீ ஸாயி தீர்கத்ருசே' நம:
479. ஓம் ஸ்ரீ ஸாயி தீனவத்ஸலாய நம:
480. ஓம் ஸ்ரீ ஸாயி துஷ்டாநாம் தமநே ச'க்தாய நம:
481. ஓம் ஸ்ரீ ஸாயி துராதர்ஷ தபோபலாய நம:
482. ஓம் ஸ்ரீ ஸாயி துர்பிக்ஷேஷாப்யந்நதாத்ரே நம:
483. ஓம் ஸ்ரீ ஸாயி துரத்ருஷ்ட விநாச'க்ருதே நம:
484. ஓம் ஸ்ரீ ஸாயி து:கசோ'கபயத்வேஷமோஹாதி அசு'பநாச'காய நம:
485. ஓம் ஸ்ரீ ஸாயி துஷ்டநிக்ரஹ சி'ஷ்டாநுக்ரஹரூப மஹாவ்ரதாய நம:
486. ஓம் ஸ்ரீ ஸாயி துஷ்டமூர்கஜடாதீ நாம ப்ரகாச' ஸ்வரூபவதே நம:
487. ஓம் ஸ்ரீ ஸாயி துஷ்டஜந்து பரித்ராத்ரே நம:
488. ஓம் ஸ்ரீ ஸாயி தூரவர்த்தி ஸமஸ்தத்ருசே' நம:
489. ஓம் ஸ்ரீ ஸாயி த்ருச்'யம் நச்'யம் ந விச்'வாஸ்யமிதி புத்தி ப்ரபோதகாய நம:
490. ஓம் ஸ்ரீ ஸாயி த்ருச்'யம் ஸர்வம் ஹி சைதந்யமித்யாநந்த ப்ரதிஷ்டாய நம:
491. ஓம் ஸ்ரீ ஸாயி தேஹே விகலிதாசா'ய நம:
492. ஓம் ஸ்ரீ ஸாயி தேஹயாத்ரார்த்தம் அந்நம்புஜே நம:
493. ஓம் ஸ்ரீ ஸாயி தேஹோகேஹ: ததோ மாந்து நிந்யே குருரிதீரகாய நம:
494. ஓம் ஸ்ரீ ஸாயி தேஹாத்ம புத்திஹீநாய நம:
495. ஓம் ஸ்ரீ ஸாயி தேஹமோஹ ப்ரபஞ்ஜநாய நம:

496. ஓம் ஸ்ரீ ஸாயி தேஹோ தேவாலய தஸ்மிந் தேவம் பச்'யேத் இதி உதீரயதே நம:

497. ஓம் ஸ்ரீ ஸாயி தைவீ ஸம்பத்ப்ரபூர்ணாய நம:

498. ஓம் ஸ்ரீ ஸாயி தேசோ'த்தார ஸஹாயக்ருதே நம:

499. ஓம் ஸ்ரீ ஸாயி த்வந்த்வமோஹ விநிர்முக்தாய நம:

500. ஓம் ஸ்ரீ ஸாயி த்வந்த்வாதீத விமத்ஸராய நம:

501. ஓம் ஸ்ரீ ஸாயி த்வாரகாமாயி வாஸிநே நம:

502. ஓம் ஸ்ரீ ஸாயி த்வேஷ த்ரோஹ விவர்ஜிதாய நம:

503. ஓம் ஸ்ரீ ஸாயி த்வைதாத்வைத விசி'ஷ்ட்டாதீன் காலேஸ்த்தாநே விபோதகாய நம:

504. ஓம் ஸ்ரீ ஸாயி தநஹீநாம் தநாட்யாம்ச்'ச ஸமத்ருஷ்ட்யைவ ரக்ஷகாய நம:

505. ஓம் ஸ்ரீ ஸாயி தநதேந ஸம த்யாகாய நம:

506. ஓம் ஸ்ரீ ஸாயி தரணீதர ஸந்நிபாய நம:

507. ஓம் ஸ்ரீ ஸாயி தர்மஜ்ஞாய நம:

508. ஓம் ஸ்ரீ ஸாயி தர்மஸேதவே நம:

509. ஓம் ஸ்ரீ ஸாயி தர்மஸ்த்தாபன ஸம்பவாய நம:

510. ஓம் ஸ்ரீ ஸாயி துமாலே உபாஸநீபத்ந்யோர் நிர்யாணே ஸத்கதிப்ரதாய நம:

511. ஓம் ஸ்ரீ ஸாயி தூபகேடா படேல் சாந்த்பாய் நஷ்டாச்'வ ஸ்த்தான ஸூசகாய நம:

512. ஓம் ஸ்ரீ ஸாயி தூமயான பதத்பாதேவார பத்நீ ஸுரக்ஷகாய நம:

513. ஓம் ஸ்ரீ ஸாயி த்யானாவஸ்தித சேதஸே நம:

514. ஓம் ஸ்ரீ ஸாயி த்ருத்யுத்ஸாஹ ஸமந்விதாய நம:

515. ஓம் ஸ்ரீ ஸாயி நதஜநவநாய நம:

516. ஓம் ஸ்ரீ ஸாயி நரலோகமனோரமாய நம:
517. ஓம் ஸ்ரீ ஸாயி நஷ்டத்ருஷ்டி ப்ரதாத்ரே நம:
518. ஓம் ஸ்ரீ ஸாயி நரலோகவிடம்பநாய நம:
519. ஓம் ஸ்ரீ ஸாயி நாகஸர்ப்ப மயூரே ச ஸமாரூட ஷடாநநாய நம:
520. ஓம் ஸ்ரீ ஸாயி நாநா சர்ந்தோர்கராஹ்யாம் தத்ஸத்கத்யை
க்ருதோத்யமாய நம:
521. ஓம் ஸ்ரீ ஸாயி நாநா நிம்ஹோண்கர்ஸ்யாந்தே ஸ்வாங்க்ரி
த்யான லயப்ரதாய நம:
522. ஓம் ஸ்ரீ ஸாயி நாநா தேசா'பிதாகாராய நம:
523. ஓம் ஸ்ரீ ஸாயி நாநாவிதி ஸமர்ச்சிதாய நம:
524. ஓம் ஸ்ரீ ஸாயி நாராயண மஹாராஜ ஸம்ச்'லாகித
பதாம்புஜாய நம:
525. ஓம் ஸ்ரீ ஸாயி நாராயண பராய நம:
526. ஓம் ஸ்ரீ ஸாயி நாம வர்ஜிதாய நம:
527. ஓம் ஸ்ரீ ஸாயி நிக்ருஹிதேத்ரியக்ராமாய நம:
528. ஓம் ஸ்ரீ ஸாயி நிகமாகமகோசராய நம:
529. ஓம் ஸ்ரீ ஸாயி நித்யஸர்வகத ஸ்த்தாணவே நம:
530. ஓம் ஸ்ரீ ஸாயி நித்ய த்ருப்தாய நம:
531. ஓம் ஸ்ரீ ஸாயி நிராச்'ரயாய நம:
532. ஓம் ஸ்ரீ ஸாயி நித்யாந்நதான தர்மிஷ்ட்டாய நம:
533. ஓம் ஸ்ரீ ஸாயி நித்யாநந்த ப்ரவாஹகாய நம:
534. ஓம் ஸ்ரீ ஸாயி நித்யமங்கலதாம்நே நம:
535. ஓம் ஸ்ரீ ஸாயி நித்யாக்நிஹோத்ர வர்தநாய நம:
536. ஓம் ஸ்ரீ ஸாயி நித்யகர்மநியோக்த்ரே நம:
537. ஓம் ஸ்ரீ ஸாயி நித்யஸத்வ ஸ்த்திதாய நம:
538. ஓம் ஸ்ரீ ஸாயி நிம்ப பாதப மூலஸ்த்தாய நம:

539. ஓம் ஸ்ரீ ஸாயி நிரந்தராக்நிரக்ஷித்ரே நம:
540. ஓம் ஸ்ரீ ஸாயி நிஸ்ப்ருஹாய நம:
541. ஓம் ஸ்ரீ ஸாயி நிர்விகல்பாய நம:
542. ஓம் ஸ்ரீ ஸாயி நிரங்குச' கதாகதயே நம:
543. ஓம் ஸ்ரீ ஸாயி நிர்ஜித காமனாதோஷாய நம:
544. ஓம் ஸ்ரீ ஸாயி நிராசா'ய நம:
545. ஓம் ஸ்ரீ ஸாயி நிரஞ்ஜநாய நம:
546. ஓம் ஸ்ரீ ஸாயி நிர்விகல்ப ஸமாதிஸ்த்தாய நம:
547. ஓம் ஸ்ரீ ஸாயி நிரபேக்ஷாய நம:
548. ஓம் ஸ்ரீ ஸாயி நிர்குணாய நம:
549. ஓம் ஸ்ரீ ஸாயி நிர்த்வந்த்வாய நம:
550. ஓம் ஸ்ரீ ஸாயி நித்ய ஸத்வஸ்த்தாய நம:
551. ஓம் ஸ்ரீ ஸாயி நிர்விகாராய நம:
552. ஓம் ஸ்ரீ ஸாயி நிச்'சலாய நம:
553. ஓம் ஸ்ரீ ஸாயி நிராலம்பாய நம:
554. ஓம் ஸ்ரீ ஸாயி நிராகாராய நம:
555. ஓம் ஸ்ரீ ஸாயி நிவ்ருத்தகுண தோஷகாய நம:
556. ஓம் ஸ்ரீ ஸாயி நூல்கர் விஜயாநந்த மாஹிஷாம்தத்த ஸத்கதயே நம:
557. ஓம் ஸ்ரீ ஸாயி ந்ருஸிம்ஹகணூதாஸ தத்த ப்ரசார ஸாதநாய நம:
558. ஓம் ஸ்ரீ ஸாயி நைஷ்ட்டிக ப்ரஹ்மசர்யாய நம:
559. ஓம் ஸ்ரீ ஸாயி நைஷ்கர்ம்ய பரிநிஷ்ட்டிதாய நம:
560. ஓம் ஸ்ரீ ஸாயி பந்டரீ பான்டுரங்காக்யாய நம:
561. ஓம் ஸ்ரீ ஸாயி பாடில் தாத்யாஜீ மாதுலாய நம:
562. ஓம் ஸ்ரீ ஸாயி பதித பாவநாய நம:
563. ஓம் ஸ்ரீ ஸாயி பத்ரிக்ராம ஸமுத்பவாய நம:

564. ஓம் ஸ்ரீ ஸாயி பத விஸ்ருஷ்ட கங்காம்பஸே நம:

565. ஓம் ஸ்ரீ ஸாயி பதாம்புஜ நதாவநாய நம:

566. ஓம் ஸ்ரீ ஸாயி பரப்ரஹ்மஸ்வரூபிணே நம:

567. ஓம் ஸ்ரீ ஸாயி பரம கருணாலயாய நம:

568. ஓம் ஸ்ரீ ஸாயி பரதத்வ ப்ரதீபாய நம:

569. ஓம் ஸ்ரீ ஸாயி பரமார்த்த நிவேதகாய நம:

570. ஓம் ஸ்ரீ ஸாயி பரமாநந்த நிஸ்யந்தாய நம:

571. ஓம் ஸ்ரீ ஸாயி பரம் ஜ்யோதிஷே நம:

572. ஓம் ஸ்ரீ ஸாயி பராத்பராய நம:

573. ஓம் ஸ்ரீ ஸாயி பரமேஷ்ட்டிநே நம:

574. ஓம் ஸ்ரீ ஸாயி பரம்தாம்நே

575. ஓம் ஸ்ரீ ஸாயி பரமேச்’வராய நம:

576. ஓம் ஸ்ரீ ஸாயி பரம ஸத்குரவே நம:

577. ஓம் ஸ்ரீ ஸாயி பரமாசார்யாய நம:

578. ஓம் ஸ்ரீ ஸாயி பரதர்ம பயாத்பக்தாந் ஸ்வே ஸ்வே தர்ம நியோஜகாய நம:

579. ஓம் ஸ்ரீ ஸாயி பரார்த்தைகாந்த ஸம்பூதயே நம:

580. ஓம் ஸ்ரீ ஸாயி பரமாத்மநே நம:

581. ஓம் ஸ்ரீ ஸாயி பராகதயே நம:

582. ஓம் ஸ்ரீ ஸாயி பாபதாபௌக ஸம்ஹாரிணே நம:

583. ஓம் ஸ்ரீ ஸாயி பாமரவ்யாஜ பண்டிதாய நம:

584. ஓம் ஸ்ரீ ஸாயி பாபாத்தாஸம் ஸமாக்ருஷ்ய புண்ய மார்கே ப்ரவர்தகாய நம:

585. ஓம் ஸ்ரீ ஸாயி பிபீலிகா முகாந்நதாய நம:

586. ஓம் ஸ்ரீ ஸாயி பிசா’சேச்’வ வ்யவஸ்த்திதாய நம:

587. ஓம் ஸ்ரீ ஸாயி புத்ரகாமேஷ்ட்டி யாகாதே ருதே
ஸந்தானவர்தநாய நம:

588. ஓம் ஸ்ரீ ஸாயி புநருஜ்ஜீவித ப்ரேதாய நம:

589. ஓம் ஸ்ரீ ஸாயி புநராவ்ருத்தி நாச'காய நம:

590. ஓம் ஸ்ரீ ஸாயி புந:புநரிஹாகம்ய பக்தேப்ய:ஸத்கதி
ப்ரதாய நம:

591. ஓம் ஸ்ரீ ஸாயி புண்டரீகாயதாக்ஷாய நம:

592. ஓம் ஸ்ரீ ஸாயி புண்யச்'ரவணகீர்த்தநாய நம:

593. ஓம் ஸ்ரீ ஸாயி புரந்தராதி பக்தாக்ரகண்ய பரித்ராண
துரந்தராயா நம:

594. ஓம் ஸ்ரீ ஸாயி புராண புருஷாயா நம:

595. ஓம் ஸ்ரீ ஸாயி புரீசா'ய நம:

596. ஓம் ஸ்ரீ ஸாயி புருஷோத்தமாய நம:

597. ஓம் ஸ்ரீ ஸாயி பூஜா பரான்முகாய நம:

598. ஓம் ஸ்ரீ ஸாயி பூர்ணாய நம:

599. ஓம் ஸ்ரீ ஸாயி பூர்ண வைராக்ய சோ'பிதாய நம:

600. ஓம் ஸ்ரீ ஸாயி பூர்ணாநந்த ஸ்வரூபிணே நம:

601. ஓம் ஸ்ரீ ஸாயி பூர்ண க்ருபாநிதயே நம:

602. ஓம் ஸ்ரீ ஸாயி பூர்ணசந்த்ர ஸமாஹ்லாதிநே நம:

603. ஓம் ஸ்ரீ ஸாயி பூர்ண காமாய நம:

604. ஓம் ஸ்ரீ ஸாயி பூர்வஜாய நம:

605. ஓம் ஸ்ரீ ஸாயி ப்ரணத பாலநோத்யுக்தாய நம:

606. ஓம் ஸ்ரீ ஸாயி ப்ரணதார்த்திஹராய நம:

607. ஓம் ஸ்ரீ ஸாயி ப்ரத்யக்ஷதேவதாமூர்த்தயே நம:

608. ஓம் ஸ்ரீ ஸாயி ப்ரத்யகாத்ம நிதர்ச'காய நம:

609. ஓம் ஸ்ரீ ஸாயி ப்ரபந்ந பாரிஜாதாய நம:

610. ஓம் ஸ்ரீ ஸாயி ப்ரபந்நாநாம் பராங்கதயே நம:

611. ஓம் ஸ்ரீ ஸாயி ப்ரமாணாதீத சிந்மூர்த்தயே நம:

612. ஓம் ஸ்ரீ ஸாயி ப்ரமாதாபித ம்ருத்யுஜிதே நம:

613. ஓம் ஸ்ரீ ஸாயி ப்ரஸந்நவதநாய நம:

614. ஓம் ஸ்ரீ ஸாயி ப்ரஸாதாபி முகத்யுதயே நம:

615. ஓம் ஸ்ரீ ஸாயி ப்ரச'ஸ்தவாசே நம:

616. ஓம் ஸ்ரீ ஸாயி ப்ரசா'ந்தாத்மநே நம:

617. ஓம் ஸ்ரீ ஸாயி ப்ரியஸத்யமுதாஹரதே நம:

618. ஓம் ஸ்ரீ ஸாயி ப்ரேமதாய நம:

619. ஓம் ஸ்ரீ ஸாயி ப்ரேமவச்'யாய நம:

620. ஓம் ஸ்ரீ ஸாயி ப்ரேம மார்க்கைகஸாதநாய நம:

621. ஓம் ஸ்ரீ ஸாயி பஹுரூபநிகூடாத்மநே நம:

622. ஓம் ஸ்ரீ ஸாயி பலத்ருப்ததமக்ஷமாய நம:

623. ஓம் ஸ்ரீ ஸாயி பலாதிதர்ப்ப பய்யாஜீ மஹாகர்வ விபஞ்ஜநாய நம:

624. ஓம் ஸ்ரீ ஸாயி புத ஸந்தோஷதாய நம:

625. ஓம் ஸ்ரீ ஸாயி புத்தாய நம:

626. ஓம் ஸ்ரீ ஸாயி புத ஜநாவநாய நம:

627. ஓம் ஸ்ரீ ஸாயி ப்ருஹத்பந்த விமோக்த்ரே நம:

628. ஓம் ஸ்ரீ ஸாயி ப்ருஹத் பாரவஹக்ஷமாய நம:

629. ஓம் ஸ்ரீ ஸாயி ப்ரஹ்மகுல ஸமுத்பூதாய நம:

630. ஓம் ஸ்ரீ ஸாயி ப்ரஹ்மசாரி வ்ரதஸ்த்திதாய நம:

631. ஓம் ஸ்ரீ ஸாயி ப்ரஹ்மாநந்தாம்ருத மக்நாய நம:

632. ஓம் ஸ்ரீ ஸாயி ப்ரஹ்மாநந்தாய நம:

633. ஓம் ஸ்ரீ ஸாயி ப்ரஹ்மாநந்தலஸத் த்ருஷ்டயே நம:

634. ஓம் ஸ்ரீ ஸாயி ப்ரஹ்மவாதிநே நம:

635. ஓம் ஸ்ரீ ஸாயி ப்ரஹ்மவர்சஸே நம:

636. ஓம் ஸ்ரீ ஸாயி ப்ராஹ்மண ஸ்த்ரீ விஸ்ருஷ்டோல்காதர்ஜிதச்'வா க்ருதயே நம:

637. ஓம் ஸ்ரீ ஸாயி ப்ராஹ்மணாநாம் மசீ'திஸ்த்தாய நம:

638. ஓம் ஸ்ரீ ஸாயி ப்ரஹ்மண்யாய நம:

639. ஓம் ஸ்ரீ ஸாயி ப்ரஹ்மவித்தமாய நம:

640. ஓம் ஸ்ரீ ஸாயி பக்த தாஸகணூ ப்ராணமாநவ்ருத்யாதி ரக்ஷகாய நம:

641. ஓம் ஸ்ரீ ஸாயி பக்தாத்யந்த ஹிதைஷிணே நம:

642. ஓம் ஸ்ரீ ஸாயி பக்தாச்'ரிததயாபராய நம:

643. ஓம் ஸ்ரீ ஸாயி பக்தார்த்தம்த்ருத தேஹாய நம:

644. ஓம் ஸ்ரீ ஸாயி பக்தார்த்தம்தக்த ஹஸ்தாய நம:

645. ஓம் ஸ்ரீ ஸாயி பக்தபராகதயே நம:

646. ஓம் ஸ்ரீ ஸாயி பக்தவத்ஸலாய நம:

647. ஓம் ஸ்ரீ ஸாயி பக்தமாநஸ வாஸிநே நம:

648. ஓம் ஸ்ரீ ஸாயி பக்தாதி ஸுலபாய நம:

649. ஓம் ஸ்ரீ ஸாயி பக்தபவாப்தி போதாய நம:

650. ஓம் ஸ்ரீ ஸாயி பகவதே நம:

651. ஓம் ஸ்ரீ ஸாயி பஜதாம் ஸுஹ்ருதே நம:

652. ஓம் ஸ்ரீ ஸாயி பக்தஸர்வச்'வ ஹாரிணே நம:

653. ஓம் ஸ்ரீ ஸாயி பக்தாநுக்ரஹ காதராய நம:

654. ஓம் ஸ்ரீ ஸாயி பக்த ராஸ்ந்யாதி ஸர்வேஷாம் அமோகாபய ஸம்ப்ரதாய நம:

655. ஓம் ஸ்ரீ ஸாயி பக்தாவந ஸமர்த்தாய நம:

656. ஓம் ஸ்ரீ ஸாயி பக்தாவந துரந்தராய நம:

657. ஓம் ஸ்ரீ ஸாயி பக்தபாவ பராதீநாய நம:

658. ஓம் ஸ்ரீ ஸாயி பக்தாத்யந்த ஹிதௌஷதாய நம:

659. ஓம் ஸ்ரீ ஸாயி பக்தாவந ப்ரதிஜ்ஞாய நம:

660. ஓம் ஸ்ரீ ஸாயி பஜதாம்இஷ்டகாமதுஹே நம:

661. ஓம் ஸ்ரீ ஸாயி பக்த ஹ்ருத்பத்மவாஸிநே நம:

662. ஓம் ஸ்ரீ ஸாயி பக்திமார்க ப்ரதர்ச'காய நம:

663. ஓம் ஸ்ரீ ஸாயி பக்தாச'ய விஹாரிணே நம:

664. ஓம் ஸ்ரீ ஸாயி பக்தஸர்வ மலாபஹாய நம:

665. ஓம் ஸ்ரீ ஸாயி பக்தபோதைக நிஷ்ட்டாய நம:

666. ஓம் ஸ்ரீ ஸாயி பக்தாநாம் ஸத்கதி ப்ரதாய நம:

667. ஓம் ஸ்ரீ ஸாயி பக்தமார்க ப்ரதர்சி'நே நம:

668. ஓம் ஸ்ரீ ஸாயி பத்ரம் பத்ரமிதி ப்ருவதே நம:

669. ஓம் ஸ்ரீ ஸாயி பத்ரச்'ரவஸே நம:

670. ஓம் ஸ்ரீ ஸாயி பந்நூமாயீ ஸாத்வீம் ஹிதசா'ஸநாய நம:

671. ஓம் ஸ்ரீ ஸாயி பயஸந்த்ரஸ்த காபர்த்தேஅமோக அபய வரப்ரதாய நம:

672. ஓம் ஸ்ரீ ஸாயி பயஹீநாய நம:

673. ஓம் ஸ்ரீ ஸாயி பயத்ராதே நம:

674. ஓம் ஸ்ரீ ஸாயி பயக்ருதே நம:

675. ஓம் ஸ்ரீ ஸாயி பப நாச'நாய நம:

676. ஓம் ஸ்ரீ ஸாயி பவவாரிதி போதாய நம:

677. ஓம் ஸ்ரீ ஸாயி பவலுண்டன கோவிதாய நம:

678. ஓம் ஸ்ரீ ஸாயி பஸ்மதாநேந நிரஸ்தாதி வ்யாதி து:காசு'பாகிலாய நம:

679. ஓம் ஸ்ரீ ஸாயி பஸ்ம ஸாத்க்ருத பக்தாரயே நம:

680. ஓம் ஸ்ரீ ஸாயி பஸ்ம ஸாத்க்ருத மந்மதாய நம:

681. ஓம் ஸ்ரீ ஸாயி பஸ்மபூத மசீ'திஸ்த்தாய நம:

682. ஓம் ஸ்ரீ ஸாயி பஸ்ம தக்தாகிலாதிமயாய நம:

683. ஓம் ஸ்ரீ ஸாயி பாகோஜி குஷ்ட்டரோகக்நாய நம:

684. ஓம் ஸ்ரீ ஸாயி பாஷாகில ஸுவேதிதாய நம:

685. ஓம் ஸ்ரீ ஸாயி பாஷ்யக்ருதே நம:

686. ஓம் ஸ்ரீ ஸாயி பாவகம்யாய நம:

687. ஓம் ஸ்ரீ ஸாயி பார ஸர்வ பரிக்ரஹாய நம:

688. ஓம் ஸ்ரீ ஸாயி பாகவத ஸஹாயாய நம:

689. ஓம் ஸ்ரீ ஸாயி பாவநா சூ'ந்யத: ஸுகிநே நம:

690. ஓம் ஸ்ரீ ஸாயி பாகவத ப்ரதாநாய நம:

691. ஓம் ஸ்ரீ ஸாயி பாகவதோத்தமாய நம:

692. ஓம் ஸ்ரீ ஸாயி பாடேத்வேஷம் ஸமாக்ருஷ்ய பக்திம் தஸ்மை ப்ரதத்தவதே நம:

693. ஓம் ஸ்ரீ ஸாயி பில்லரூபேண தத்தாம்பஸே நம:

694. ஓம் ஸ்ரீ ஸாயி பிக்ஷாந்நதாந சே'ஷ புஜே நம:

695. ஓம் ஸ்ரீ ஸாயி பிக்ஷா தர்ம மஹாராஜாய நம:

696. ஓம் ஸ்ரீ ஸாயி பிக்ஷௌக தத்த போஜநாய நம:

697. ஓம் ஸ்ரீ ஸாயி பீமாஜீ க்ஷய பாபக்னே நம:

698. ஓம் ஸ்ரீ ஸாயி பீமபலாந்விதாய நம:

699. ஓம் ஸ்ரீ ஸாயி பீதாநாம் பீதி நாசி'நே நம:

700. ஓம் ஸ்ரீ ஸாயி பீஷணாபீஷணாய நம:

701. ஓம் ஸ்ரீ ஸாயி பீஷாசாலித ஸூர்யாக்நி மகவந்ம்ருத்யு மாருதாய நம:

702. ஓம் ஸ்ரீ ஸாயி புக்தி முக்தி ப்ரதாத்ரே நம:

703. ஓம் ஸ்ரீ ஸாயி புஜகாத்ரக்ஷித ப்ரஜாய நம:

704. ஓம் ஸ்ரீ ஸாயி புஜங்கரூபமாவிச்'ய ஸஹஸ்ர ஜந பூஜிதாய நம:

705. ஓம் ஸ்ரீ ஸாயி புக்த்வா போஜந தாத்ரூணாம் தக்த ப்ராகுத்தரா ச'பாய நம:

706. ஓம் ஸ்ரீ ஸாயி பூடித்வார க்ருஹம்பத்வாக்ருத ஸர்வ மதாலயாய நம:

707. ஓம் ஸ்ரீ ஸாயி பூப்ருதஸமோபகாரிணே நம:

708. ஓம் ஸ்ரீ ஸாயி பூம்நே நம:

709. ஓம் ஸ்ரீ ஸாயி பூச'யாய நம:

710. ஓம் ஸ்ரீ ஸாயி பூதச'ரண்ய பூதாய நம:

711. ஓம் ஸ்ரீ ஸாயி பூதாத்மநே நம:

712. ஓம் ஸ்ரீ ஸாயி பூத பாவநாய நம:

713. ஓம் ஸ்ரீ ஸாயி பூதப்ரேதபிசா'சாதீந் தர்ம மார்கே நியோஜயதே நம:

714. ஓம் ஸ்ரீ ஸாயி ப்ருத்யஸ்ய ப்ருத்ய ஸேவாக்ருதே நம:

715. ஓம் ஸ்ரீ ஸாயி ப்ருத்ய பார வஹாய நம:

716. ஓம் ஸ்ரீ ஸாயி பேகம் தத்தவரம் ஸ்ம்ருத்வா ஸர்ப்பஸ்யாதபி ரக்ஷகாய நம:

717. ஓம் ஸ்ரீ ஸாயி போகைச்'வைர்யச்'ச அஸக்தாத்மனே நம:

718. ஓம் ஸ்ரீ ஸாயி பைஷஜ்யே பிஷஜாம் வராய நம:

719. ஓம் ஸ்ரீ ஸாயி மர்கரூபேண பக்தஸ்ய ரக்ஷணே தேன தாடிதாய நம:

720. ஓம் ஸ்ரீ ஸாயி மந்த்ரகோஷ மசூ'திஸ்த்தாய நம:

721. ஓம் ஸ்ரீ ஸாயி மதாபிமாந வர்ஜிதாய நம:

722. ஓம் ஸ்ரீ ஸாயி மதுபாந ப்ருசா'ஸக்திம் திவ்யசச'க்த்ய வ்யபோஹகாய நம:

723. ஓம் ஸ்ரீ ஸாயி மசூ'த்யாம் துலஸீ பூஜாம் அக்நிஹோத்ரம் ச சா'ஸகாய நம:

724.ஓம் ஸ்ரீ ஸாயி மஹாவாக்யஸுதா மக்நாய நம:

725.ஓம் ஸ்ரீ ஸாயி மஹா பாகவதாய நம:

726.ஓம் ஸ்ரீ ஸாயி மஹாநுபவ தேஜஸ்விநே நம:

727.ஓம் ஸ்ரீ ஸாயி மஹாயோகேச்’வராய நம:

728.ஓம் ஸ்ரீ ஸாயி மஹாபய பரித்ராத்ரே நம:

729.ஓம் ஸ்ரீ ஸாயி மஹாத்மநே நம:

730.ஓம் ஸ்ரீ ஸாயி மஹாபலாய நம:

731. ஓம் ஸ்ரீ ஸாயி மாதவராய தேச்’பாந்டே ஸக்யு:
ஸாஹாய்யக்ருதே நம:

732. ஓம் ஸ்ரீ ஸாயி மாநுபமாநயோஸ்துல்யாய நம:

733. ஓம் ஸ்ரீ ஸாயி மார்கபந்தவே நம:

734. ஓம் ஸ்ரீ ஸாயி மாருதயே நம:

735. ஓம் ஸ்ரீ ஸாயி மாயாமாநுஷ ரூபேண கூடைச்’வர்ய
பராத்பராய நம:

736. ஓம் ஸ்ரீ ஸாயி மார்கஸ்த்த தேவஸத்கார:
கார்யஇத்யநுசா’ஸித்ரே நம:

737. ஓம் ஸ்ரீ ஸாயி மாரீக்ரஸ்த்த பூடீத்ராத்ரே நம:

738. ஓம் ஸ்ரீ ஸாயி மார்ஜாலோச்சிஷ்ட்ட போஜநாய நம:

739. ஓம் ஸ்ரீ ஸாயி மிரீகரம் ஸர்ப்பகண்டாத்
தைவாஜ்ஞாப்தாத் விமோசயதே நம:

740. ஓம் ஸ்ரீ ஸாயி மிதவாசே நம:

741. ஓம் ஸ்ரீ ஸாயி மிதபுஜே நம:

742. ஓம் ஸ்ரீ ஸாயி மித்ரே ச’த்ரௌ ஸதா ஸமாய நம:

743. ஓம் ஸ்ரீ ஸாயி மீநாதாயீ ப்ரஸூத்யர்த்தம் ப்ரேஷிதாய ரதம்
தததே நம:

744. ஓம் ஸ்ரீ ஸாயி முக்த ஸங்கானஹம் வாதிநே நம:
745. ஓம் ஸ்ரீ ஸாயி முக்த ஸம்ஸ்ருதி பந்தநாய நம:
746. ஓம் ஸ்ரீ ஸாயி முஹு: தேவாவதாராதி நாமோச்சாரண நிவ்ருதாய நம:
747. ஓம் ஸ்ரீ ஸாயி மூர்த்தி பூஜாநுசா'ஸ்த்ரே நம:
748. ஓம் ஸ்ரீ ஸாயி மூர்த்திமாநபி(அ)மூர்த்திமதே நம:
749. ஓம் ஸ்ரீ ஸாயி மூலேசா'ஸ்த்ரீ குரோர்தோலப் மஹாராஜஸ்ய ரூபத்ருதே நம:
750. ஓம் ஸ்ரீ ஸாயி ம்ருதஸூநும் ஸமாக்ருஷ்ய பூர்வமாதரியோஜயதே நம:
751. ஓம் ஸ்ரீ ஸாயி ம்ருதாலய நிவாஸிநே நம:
752. ஓம் ஸ்ரீ ஸாயி ம்ருத்யுபீதி வ்யபோஹகாய நம:
753. ஓம் ஸ்ரீ ஸாயி மேகச்'யாமாய–பூஜார்த்தம் சி'வலிங்கமுபாஹரதே நம:
754. ஓம் ஸ்ரீ ஸாயி மோஹகலில தீர்ணாய நம:
755. ஓம் ஸ்ரீ ஸாயி மோஹஸம்ச'ய நாச'காய நம:
756. ஓம் ஸ்ரீ ஸாயி மோஹிநீராஜ பூஜாயாம் குல்கர்ண்யப்பாநியோஜகாய நம:
757. ஓம் ஸ்ரீ ஸாயி மோக்ஷமார்க ஸஹாயாய நம:
758. ஓம் ஸ்ரீ ஸாயி மௌனவ்யாக்ய ப்ரபோதகாய நம:
759. ஓம் ஸ்ரீ ஸாயி யஜ்ஞுதாந தபோ நிஷ்ட்டாய நம:
760. ஓம் ஸ்ரீ ஸாயி யஜ்ஞசி'ஷ்ட்டாந்ந போஜநாய நம:
761. ஓம் ஸ்ரீ ஸாயி யதேந்த்ரிய மநோபுத்தயே நம:
762. ஓம் ஸ்ரீ ஸாயி யதிதர்ம ஸுபாலகாய நம:
763. ஓம் ஸ்ரீ ஸாயி யதோவாசோ நிவர்தந்தே ததாநந்த ஸுநிஷ்ட்டிதாய நம:

764. ஓம் ஸ்ரீ ஸாயி யத்நாதிச'யஸேவாப்த குருபூர்ண க்ருபாபலாய நம:
765. ஓம் ஸ்ரீ ஸாயி யதேச்ச ஸூக்ஷ்ம ஸஞ்சாரிணே நம:
766. ஓம் ஸ்ரீ ஸாயி யதேஷ்ட தாநதர்மக்ருதே நம:
767. ஓம் ஸ்ரீ ஸாயி யந்த்ராரூடம் ஜகத்ஸர்வ மாயயா ப்ராமயத்ப்ரபவே நம:
768. ஓம் ஸ்ரீ ஸாயி யமகிங்கர ஸந்த்ரஸ்த ஸாமந்தஸ்ய ஸஹாயக்ருதே நம:
769. ஓம் ஸ்ரீ ஸாயி யமதூத பரிக்லிஷ்ட புரந்தரே(அ)ஸூரக்ஷகாய நம:
770. ஓம் ஸ்ரீ ஸாயி யமபீதி விநாசி'நே நம:
771. ஓம் ஸ்ரீ ஸாயி யவநாலய பூஷணாய நம:
772. ஓம் ஸ்ரீ ஸாயி யச'ஸாபி மஹாராஜாய நம:
773. ஓம் ஸ்ரீ ஸாயி யச':பூரித பாரதாய நம:
774. ஓம் ஸ்ரீ ஸாயி யக்ஷரக்ஷ: பிசா'சாநாம் ஸாந்நித்யதேவ நாச'காய நம:
775. ஓம் ஸ்ரீ ஸாயி யுக்த போஜந நித்ராய நம:
776. ஓம் ஸ்ரீ ஸாயி யுகாந்தர சரித்ரவிதே நம:
777. ஓம் ஸ்ரீ ஸாயி யோகச'க்தி ஜித ஸ்வப்நாய நம:
778. ஓம் ஸ்ரீ ஸாயி யோகமாயா ஸமாவ்ருதாய நம:
779. ஓம் ஸ்ரீ ஸாயி யோகவீக்ஷண ஸந்தத்த பரமாநந்த மூர்த்திமதே நம:
780. ஓம் ஸ்ரீ ஸாயி யோகிஹ்ருத்யான கம்யாய நம:
781. ஓம் ஸ்ரீ ஸாயி யோகக்ஷேம வஹாய நம:
782. ஓம் ஸ்ரீ ஸாயி ரதஸ்ய ரஜதாச்'வேஷு ஹ்ருதேஷ்வம்லான மாநஸாய நம:
783. ஓம் ஸ்ரீ ஸாயி ரஸாய நம:
784. ஓம் ஸ்ரீ ஸாயி ரஸஸாரஜ்ஞாய நம:

785. ஓம் ஸ்ரீ ஸாயி ரஸனா ரஸஜிதே நம:

786. ஓம் ஸ்ரீ ஸாயி ரஸோப்யஸ்ய பரம்த்ருஷ்ட்வா நிவர்த்தித
மஹாயச'ஸே நம:

787. ஓம் ஸ்ரீ ஸாயி ரக்ஷணாத்போஷணாத் ஸர்வ பித்ரு மாத்ரு குரு
ப்ரபவே நம:

788. ஓம் ஸ்ரீ ஸாயி ராகத்வேஷ வியுக்தாத்மநே நம:

789. ஓம் ஸ்ரீ ஸாயி ராகாசந்த்ர ஸமாநநாய நம:

790. ஓம் ஸ்ரீ ஸாயி ராஜீவலோசநாய நம:

791. ஓம் ஸ்ரீ ஸாயி ராஜபி: சாபிவந்திதாய நம:

792. ஓம் ஸ்ரீ ஸாயி ராமபக்தி ப்ரபூர்ணாய நம:

793. ஓம் ஸ்ரீ ஸாயி ராமரூப ப்ரதர்ச'காய நம:

794. ஓம் ஸ்ரீ ஸாயி ராமஸாரூப்ய லப்தாய நம:

795. ஓம் ஸ்ரீ ஸாயி ராமஸாயீதி விச்'ருதாய நம:

796. ஓம் ஸ்ரீ ஸாயி ராமதூதமயாய நம:

797. ஓம் ஸ்ரீ ஸாயி ராமமந்த்ரோபதேச'காய நம:

798. ஓம் ஸ்ரீ ஸாயி ராமமூர்த்யாதிச'ங்கர்த்ரே நம:

799. ஓம் ஸ்ரீ ஸாயி ராஸநே குலவர்தநாய நம:

800. ஓம் ஸ்ரீ ஸாயி ருத்ரதுல்ய ப்ரகோபாய நம:

801. ஓம் ஸ்ரீ ஸாயி ருத்ரகோப தமக்ஷமாய நம:

802. ஓம் ஸ்ரீ ஸாயி ருத்ரவிஷ்ணு க்ருதாபேதாய நம:

803. ஓம் ஸ்ரீ ஸாயி ரூபிணீ ரூப்ய மோஹஜிதே நம:

804. ஓம் ஸ்ரீ ஸாயி ரூபேரூபே சிதாத்மாநாம்பச்'யத்வமிதி
போதகாய நம:

805. ஓம் ஸ்ரீ ஸாயி ரூபாத் ரூபாந்தரம்யாதோ(அ)ம்ருத இதி அபய
ப்ரதாய நம:

806. ஓம் ஸ்ரீ ஸாயி ரோகே சி'சோ:ததாந்தஸ்ய ஸதா ஸத்கதி தாயகாய நம:

807. ஓம் ஸ்ரீ ஸாயி ரோகதாரித்ர்ய து:காதீந் பஸ்மதாநேந வாரயதே நம:

808. ஓம் ஸ்ரீ ஸாயி ரோதநாத் த்ரவசித்தாய நம:

809. ஓம் ஸ்ரீ ஸாயி ரோம ஹர்ஷதவாக்ருதயே நம:

810. ஓம் ஸ்ரீ ஸாயி லக்வாசி'நே நம:

811. ஓம் ஸ்ரீ ஸாயி லகுநித்ராய நம:

812. ஓம் ஸ்ரீ ஸாயி லப்தாச்'வக்ராமணீ ஸ்துதாய நம:

813. ஓம் ஸ்ரீ ஸாயி லகுடோத்ருத ரோஹில்லாஸ்தம்பநாத் தர்ப்பநாச'காய நம:

814. ஓம் ஸ்ரீ ஸாயி லலிதாத்புத சாரித்ராய நம:

815. ஓம் ஸ்ரீ ஸாயி லக்ஷ்மீநாராயணாய நம:

816. ஓம் ஸ்ரீ ஸாயி லீலாமாநுஷ தேஹஸ்த்தாய நம:

817. ஓம் ஸ்ரீ ஸாயி லீலாமாநுஷ கர்மக்ருதே நம:

818. ஓம் ஸ்ரீ ஸாயி லேலேசா'ஸ்த்ரி ச்'ருதி ப்ரீத்யா மசூ'தீ வேத கோஷணாய நம:

819. ஓம் ஸ்ரீ ஸாயி லோகாபிராமாய நம:

820. ஓம் ஸ்ரீ ஸாயி லோகேசா'ய நம:

821. ஓம் ஸ்ரீ ஸாயி லோலுபத்வ விவர்ஜிதாய நம:

822. ஓம் ஸ்ரீ ஸாயி லோகேசு' விஹதம்ச்'சாபி ஸச்சிதாநந்த ஸம்ஸ்த்திதாய நம:

823. ஓம் ஸ்ரீ ஸாயி லோணீ வார்ண்யம் கணூதாஸம் மஹா அபாயாத் விமோசகாய நம:

824. ஓம் ஸ்ரீ ஸாயி வஸ்த்ரவத் வபுர்வீக்ஷ்ய ஸ்வேச்சாத்யக்த கலேபராய நம:

825. ஓம் ஸ்ரீ ஸாயி வஸ்த்ரவத் தேஹம் உத்ஸ்ருஜ்ய புநர்தேஹம் ப்ரவிஷ்டவதே நம:

826. ஓம் ஸ்ரீ ஸாயி வந்த்யாதோஷ விமுக்த்யர்த்தம் தத்வஸ்த்ரே நாரிகேலதாய நம:

827. ஓம் ஸ்ரீ ஸாயி வாஸுதேவைக ஸந்துஷ்டயே நம:

828. ஓம் ஸ்ரீ ஸாயி வாத த்வேஷமதாப்ரியாய நம:

829. ஓம் ஸ்ரீ ஸாயி வித்யா விநய ஸம்பந்நாய நம:

830. ஓம் ஸ்ரீ ஸாயி விதேயாத்மநே நம:

831. ஓம் ஸ்ரீ ஸாயி வீர்யவதே நம:

832. ஓம் ஸ்ரீ ஸாயி விவிக்த தேச'ஸேவினே நம:

833. ஓம் ஸ்ரீ ஸாயி விச்'வ பாவந பாவிதாய நம:

834. ஓம் ஸ்ரீ ஸாயி விச்'வ மங்கல மங்கல்யாய நம:

835. ஓம் ஸ்ரீ ஸாயி விஷயாத் ஸம்ஹ்ருதேந்த்ரியாய நம:

836. ஓம் ஸ்ரீ ஸாயி வீதராகபயக்ரோதாய நம:

837. ஓம் ஸ்ரீ ஸாயி வ்ருத்தாந்தேக்ஷண ஸம்ப்ரதாய நம:

838. ஓம் ஸ்ரீ ஸாயி வேதாந்தாம்புஜ ஸூர்யாய நம:

839. ஓம் ஸ்ரீ ஸாயி வேதிஸ்த்தாக்நி விவர்தநாய நம:

840. ஓம் ஸ்ரீ ஸாயி வைராக்யபூர்ண சாரித்ராய நம:

841. ஓம் ஸ்ரீ ஸாயி வைகுண்ட்டப்ரிய கர்மக்ருதே நம:

842. ஓம் ஸ்ரீ ஸாயி வைஹாயஸ கதயே நம:

843. ஓம் ஸ்ரீ ஸாயி வ்யாமோஹ ப்ரச'மௌஷதாய நம:

844. ஓம் ஸ்ரீ ஸாயி ச'த்ருச்சேதைகமந்த்ராய நம:

845. ஓம் ஸ்ரீ ஸாயி ச'ரணாகத வத்ஸலாய நம:

846. ஓம் ஸ்ரீ ஸாயி ச'ரணாகத பீமாஜீச்'வாந்த பேகாதி ரக்ஷகாய நம:

847. ஓம் ஸ்ரீ ஸாயி ச'ரீரஸ்த்த அச'ரீரஸ்த்தாய நம:

848. ஓம் ஸ்ரீ ஸாயி ச'ரீராநேக ஸம்ப்ருதாய நம:

849. ஓம் ஸ்ரீ ஸாயி சா'ச்'வத பரார்த்த ஸர்வேசா'ய நம:

850. ஓம் ஸ்ரீ ஸாயி சா'ரீரகர்ம கேவலாய நம:

851. ஓம் ஸ்ரீ ஸாயி சா'ச்வத தர்மகோப்த்ரே நம:

852. ஓம் ஸ்ரீ ஸாயி சா'ந்தி தாந்தி விபூஷிதாய நம:

853. ஓம் ஸ்ரீ ஸாயி சி'ரஸ்தம்பித கங்காம்பஸே நம:

854. ஓம் ஸ்ரீ ஸாயி சா'ந்தாகாராய நம:

855. ஓம் ஸ்ரீ ஸாயி சி'ஷ்டதர்ம அனுப்ராப்ய மௌலாநா
பாதஸேவிதாய நம:

856. ஓம் ஸ்ரீ ஸாயி சி'வதாய நம:

857. ஓம் ஸ்ரீ ஸாயி சி'வரூபாய நம:

858. ஓம் ஸ்ரீ ஸாயி சி'வசக்தியுதாய நம:

859. ஓம் ஸ்ரீ ஸாயி சி'ரீயாநஸூதோத்வாஹம் யதோக்தம்
பரிபூரயதே நம:

860. ஓம் ஸ்ரீ ஸாயி சீ'தோஷ்ண ஸுக து:கேஷு ஸமாய நம:

861. ஓம் ஸ்ரீ ஸாயி சீ'தல வாக்ஸுதாய நம:

862. ஓம் ஸ்ரீ ஸாயி சி'ர்டி ந்யஸ்த குரோர்தேஹாய நம:

863. ஓம் ஸ்ரீ ஸாயி சி'ர்டித்யக்த கலேபராய நம:

864. ஓம் ஸ்ரீ ஸாயி சு'க்லாம்பரதராய நம:

865. ஓம் ஸ்ரீ ஸாயி சு'த்தஸத்வகுணஸ்த்திதாய நம:

866. ஓம் ஸ்ரீ ஸாயி சு'த்தஜ்ஞாநஸ்வரூபாய நம:

867. ஓம் ஸ்ரீ ஸாயி சு'பா(அ)சு'ப விவர்ஜிதாய நம:

868. ஓம் ஸ்ரீ ஸாயி சு'ப்ர மார்கேண தத்விஷ்ணோ:பரமம்பதம்
ந்ரூந்நேத்ரே நம:

869. ஓம் ஸ்ரீ ஸாயி சே'லூ குருகுலே வாஸிநே நம:

870. ஓம் ஸ்ரீ ஸாயி சே'ஷசா'யிநே நம:

871. ஓம் ஸ்ரீ ஸாயி ஸ்ரீகண்ட்டாய நம:

872. ஓம் ஸ்ரீ ஸாயி ஸ்ரீகராய நம:

873. ஓம் ஸ்ரீ ஸாயி ஸ்ரீமதே நம:

874. ஓம் ஸ்ரீ ஸாயி ச்'ரேஷ்ட்டாய நம:

875. ஓம் ஸ்ரீ ஸாயி ச்'ரேயோவிதாயகாய நம:

876. ஓம் ஸ்ரீ ஸாயி ச்'ருதி ஸ்ம்ருதி சி'ரோரத்ந விபூஷித பதாம்புஜாய நம:

877. ஓம் ஸ்ரீ ஸாயி ச்'ரேயாந் ஸ்வதர்ம இத்யுக்த்வா ஸ்வ ஸ்வதர்மநியோஜகாய நம:

878. ஓம் ஸ்ரீ ஸாயி ஸகாராம ஸசி'ஷ்யாய நம:

879. ஓம் ஸ்ரீ ஸாயி ஸகலாச்'ரய காமதுஹே நம:

880. ஓம் ஸ்ரீ ஸாயி ஸகுண நிர்குண ப்ரஹ்மணே நம:

881. ஓம் ஸ்ரீ ஸாயி ஸஜ்ஜந மானஸ வ்யோம ராஜமாந ஸுதாகராய நம:

882. ஓம் ஸ்ரீ ஸாயி ஸத்கர்ம நிரதாய நம:

883. ஓம் ஸ்ரீ ஸாயி ஸத்ஸந்தாந வரப்ரதாய நம:

884. ஓம் ஸ்ரீ ஸாயி ஸத்யவ்ரதாய நம:

885. ஓம் ஸ்ரீ ஸாயி ஸத்யாய நம:

886. ஓம் ஸ்ரீ ஸாயி ஸத்ஸுலபோந்யதுர்லபாய நம:

887. ஓம் ஸ்ரீ ஸாயி ஸத்யவாசே நம:

888. ஓம் ஸ்ரீ ஸாயி ஸத்ய ஸங்கல்பாய நம:

889. ஓம் ஸ்ரீ ஸாயி ஸத்யதர்ம பராயணாய நம:

890. ஓம் ஸ்ரீ ஸாயி ஸத்யபராக்ரமாய நம:

891. ஓம் ஸ்ரீ ஸாயி ஸத்யத்ரஷ்ட்ரே நம:

892. ஓம் ஸ்ரீ ஸாயி ஸநாதநாய நம:

893. ஓம் ஸ்ரீ ஸாயி ஸத்யநாராயணாய நம:
894. ஓம் ஸ்ரீ ஸாயி ஸத்ய தத்வ ப்ரபோதகாய நம:
895. ஓம் ஸ்ரீ ஸாயி ஸத்புருஷாய நம:
896. ஓம் ஸ்ரீ ஸாயி ஸதாசாராய நம:
897. ஓம் ஸ்ரீ ஸாயி ஸதாபரஹிதேரதாய நம:
898. ஓம் ஸ்ரீ ஸாயி ஸதாக்ஷிப்தநிஜாநந்தாய நம:
899. ஓம் ஸ்ரீ ஸாயி ஸதாநந்தாய நம:
900. ஓம் ஸ்ரீ ஸாயி ஸத்குரவே நம:
901. ஓம் ஸ்ரீ ஸாயி ஸதாஜநஹிதோத்யுக்தாய நம:
902. ஓம் ஸ்ரீ ஸாயி ஸதாத்மநே நம:
903. ஓம் ஸ்ரீ ஸாயி ஸதாசி'வாய நம:
904. ஓம் ஸ்ரீ ஸாயி ஸதார்த்ரசித்தாய நம:
905. ஓம் ஸ்ரீ ஸாயி ஸத்ரூபிணே நம:
906. ஓம் ஸ்ரீ ஸாயி ஸதாச்'ரயாய நம:
907. ஓம் ஸ்ரீ ஸாயி ஸதாஜிதாய நம:
908. ஓம் ஸ்ரீ ஸாயி ஸந்யாஸ யோகயுக்தாத்மநே நம:
909. ஓம் ஸ்ரீ ஸாயி ஸந்மார்க ஸ்த்தாபநவ்ரதாய நம:
910. ஓம் ஸ்ரீ ஸாயி ஸபீஜம் ஃபலமாதாய நிர்பீஜம் பரிணாமகாய நம:
911. ஓம் ஸ்ரீ ஸாயி ஸமது:க ஸுக ஸ்வஸ்த்தாய நம:
912. ஓம் ஸ்ரீ ஸாயி ஸமலோஷ்டாச்'ம காஞ்சநாய நம:
913. ஓம் ஸ்ரீ ஸாயி ஸமர்த்த ஸத்குரு ச்'ரேஷ்ட்டாய நம:
914. ஓம் ஸ்ரீ ஸாயி ஸமான ரஹிதாய நம:
915. ஓம் ஸ்ரீ ஸாயி ஸமாச்'ரித ஜநத்ராண வ்ரதபாலன தத்பராய நம:
916. ஓம் ஸ்ரீ ஸாயி ஸமுத்ர ஸமகாபீர்யாய நம:
917. ஓம் ஸ்ரீ ஸாயி ஸங்கல்ப ரஹிதாய நம:

918. ஓம் ஸ்ரீ ஸாயி ஸம்ஸார தாபஹார்யந்க்ரயே நம:
919. ஓம் ஸ்ரீ ஸாயி ஸம்ஸார வர்ஜிதாய நம:
920. ஓம் ஸ்ரீ ஸாயி ஸம்ஸாரோத்தார நாம்நே நம:
921. ஓம் ஸ்ரீ ஸாயி ஸரோஜதல கோமலாய நம:
922. ஓம் ஸ்ரீ ஸாயி ஸர்ப்பாதி பயஹாரிணே நம:
923. ஓம் ஸ்ரீ ஸாயி ஸர்ப்பரூபேப்யவஸ்த்திதாய நம:
924. ஓம் ஸ்ரீ ஸாயி ஸர்வகர்ம ஃபலத்யாகிநே நம:
925. ஓம் ஸ்ரீ ஸாயி ஸர்வத்ர ஸமவஸ்த்திதாய நம:
926. ஓம் ஸ்ரீ ஸாயி ஸர்வத: பாணி பாதாய நம:
927. ஓம் ஸ்ரீ ஸாயி ஸர்வதோக்ஷி சி’ரோ முகாய நம:
928. ஓம் ஸ்ரீ ஸாயி ஸர்வத: ச்’ருதிமந்மூர்த்தயே நம:
929. ஓம் ஸ்ரீ ஸாயி ஸர்வமாவ்ருத்ய ஸம்ஸ்த்திதாய நம:
930. ஓம் ஸ்ரீ ஸாயி ஸர்வதர்ம ஸமத்ராத்ரே நம:
931. ஓம் ஸ்ரீ ஸாயி ஸர்வதர்ம ஸுபூஜிதாய நம:
932. ஓம் ஸ்ரீ ஸாயி ஸர்வதர்மான் பரித்யஜ்யகுர்வீச’ம் ச’ரணம் கதாய நம:
933. ஓம் ஸ்ரீ ஸாயி ஸர்வதீ ஸாக்ஷிபூதாய நம:
934. ஓம் ஸ்ரீ ஸாயி ஸர்வ நாமாபி ஸூசிதாய நம:
935. ஓம் ஸ்ரீ ஸாயி ஸர்வ பூதாந்தராத்மநே நம:
936. ஓம் ஸ்ரீ ஸாயி ஸர்வபூதாச’ய ஸ்த்திதாய நம:
937. ஓம் ஸ்ரீ ஸாயி ஸர்வ பூதாதிவாஸாய நம:
938. ஓம் ஸ்ரீ ஸாயி ஸர்வபூதஹிதே ரதாய நம:
939. ஓம் ஸ்ரீ ஸாயி ஸர்வபூதாத்ம பூதாத்மநே நம:
940. ஓம் ஸ்ரீ ஸாயி ஸர்வபூத ஸுஹ்ருதே நம:
941. ஓம் ஸ்ரீ ஸாயி ஸர்வபூத நிசோ’ந்நித்ராய நம:
942. ஓம் ஸ்ரீ ஸாயி ஸர்வபூத ஸமாத்ருதாய நம:

943. ஓம் ஸ்ரீ ஸாயி ஸர்வஜ்ஞாய நம:
944. ஓம் ஸ்ரீ ஸாயி ஸர்வவிதே நம:
945. ஓம் ஸ்ரீ ஸாயி ஸர்வஸ்மை நம:
946. ஓம் ஸ்ரீ ஸாயி ஸர்வமத ஸுஸம்மதாய நம:
947. ஓம் ஸ்ரீ ஸாயி ஸர்வப்ரஹ்மமயம் த்ரஷ்ட்ரே நம:
948. ஓம் ஸ்ரீ ஸாயி ஸர்வச'க்த்யுப ப்ரும்ஹிதாய நம:
949. ஓம் ஸ்ரீ ஸாயி ஸர்வஸங்கல்ப ஸந்யாஸிநே நம:
950. ஓம் ஸ்ரீ ஸாயி ஸங்க விவர்ஜிதாய நம:
951. ஓம் ஸ்ரீ ஸாயி ஸர்வலோக ச'ரண்யாய நம:
952. ஓம் ஸ்ரீ ஸாயி ஸர்வலோக மஹேச்'வராய நம:
953. ஓம் ஸ்ரீ ஸாயி ஸர்வேசா'ய நம:
954. ஓம் ஸ்ரீ ஸாயி ஸர்வரூபிணே நம:
955. ஓம் ஸ்ரீ ஸாயி ஸர்வச'த்ரு நிர்வஹணாய நம:
956. ஓம் ஸ்ரீ ஸாயி ஸர்வைச்'வர்யைக மந்த்ராய நம:
957. ஓம் ஸ்ரீ ஸாயி ஸர்வேப்ஸித ஃபலப்ரதாய நம:
958. ஓம் ஸ்ரீ ஸாயி ஸர்வோபகாரகாரிணே நம:
959. ஓம் ஸ்ரீ ஸாயி ஸர்வோபாஸ்ய பதாம்புஜாய நம:
960. ஓம் ஸ்ரீ ஸாயி ஸஹஸ்ர சீ'ர்ஷமூர்த்தயே நம:
961. ஓம் ஸ்ரீ ஸாயி ஸஹஸ்ராக்ஷாய நம:
962. ஓம் ஸ்ரீ ஸாயி ஸஹஸ்ரபாதே நம:
963. ஓம் ஸ்ரீ ஸாயி ஸஹஸ்ரநாம விச்'வாஸிநே நம:
964. ஓம் ஸ்ரீ ஸாயி ஸஹஸ்ரநாம லக்ஷிதாய நம:
965. ஓம் ஸ்ரீ ஸாயி ஸாகாரோ(அ)பி நிராகாராய நம:
966. ஓம் ஸ்ரீ ஸாயி ஸாகாரார்ச்சாஸுமாநிதாய நம:
967. ஓம் ஸ்ரீ ஸாயி ஸாதுஜந பரித்ராத்ரே நம:

968. ஓம் ஸ்ரீ ஸாயி ஸாது போஷகாய நம:

969. ஓம் ஸ்ரீ ஸாயி ஸாலோக்ய ஸார்ஷ்டி ஸாமீப்ய ஸாயுஜ்ய பததாயகாய நம:

970. ஓம் ஸ்ரீ ஸாயி ஸாயிராமாய நம:

971. ஓம் ஸ்ரீ ஸாயி ஸாயிநாதாய நம:

972. ஓம் ஸ்ரீ ஸாயி ஸாயீசா'ய நம:

973. ஓம் ஸ்ரீ ஸாயி ஸாயிஸத்தமாய நம:

974. ஓம் ஸ்ரீ ஸாயி ஸாக்ஷாத்க்ருத ஹரிப்ரீத்யா ஸர்வச'க்தியுதாய நம:

975. ஓம் ஸ்ரீ ஸாயி ஸாக்ஷாத்கார ப்ரதாத்ரே நம:

976. ஓம் ஸ்ரீ ஸாயி ஸாக்ஷாத் மன்மத மர்த்தநாய நம:

977. ஓம் ஸ்ரீ ஸாயி ஸாயிநே நம:

978. ஓம் ஸ்ரீ ஸாயி ஸாயிதேவாய நம:

979. ஓம் ஸ்ரீ ஸாயி ஸித்தேசா'ய நம:

980. ஓம் ஸ்ரீ ஸாயி ஸித்த ஸங்கல்பாய நம:

981. ஓம் ஸ்ரீ ஸாயி ஸித்திதாய நம:

982. ஓம் ஸ்ரீ ஸாயி ஸித்ய வாங்முகாய நம:

983. ஓம் ஸ்ரீ ஸாயி ஸுக்ருத துஷ்க்ருதாதீதாய நம:

984. ஓம் ஸ்ரீ ஸாயி ஸுகேஷு விகதஸ்ப்ருஹாய நம:

985. ஓம் ஸ்ரீ ஸாயி ஸுக து:க ஸமாய நம:

986. ஓம் ஸ்ரீ ஸாயி ஸுதாஸ்யந்தி முகோஜ்வலாய நம:

987. ஓம் ஸ்ரீ ஸாயி ஸ்வேச்சாமாத்ர ஜடத்தேஹாய நம:

988. ஓம் ஸ்ரீ ஸாயி ஸ்வேச்சோபாத்த தநவே நம:

989. ஓம் ஸ்ரீ ஸாயி ஸ்வீக்ருத பக்தரோகாய நம:

990. ஓம் ஸ்ரீ ஸாயி ஸ்வேமஹிம்நி ப்ரதிஷ்ட்டிதாய நம:

991. ஓம் ஸ்ரீ ஸாயி ஹரிஸாடே ததா நாநாம் காமாதே: பரிரக்ஷகாய நம:

992. ஓம் ஸ்ரீ ஸாயி ஹர்ஷாமர்ஷபயோத்வேகை: நிர்முக்த விமலாச'யாய நம:

993. ஓம் ஸ்ரீ ஸாயி ஹிந்தூ முஸ்லீம் ஸமூஹாம்ச்'ச மைத்ரீகரண தத்பராய நம:

994. ஓம் ஸ்ரீ ஸாயி ஹும்காரேணைவ ஸுக்ஷிப்ரம் ஸ்தப்த ப்ரசண்ட மாருதாய நம:

995. ஓம் ஸ்ரீ ஸாயி ஹ்ருதயக்ரந்தி பேதினே நம:

996. ஓம் ஸ்ரீ ஸாயி ஹ்ருதயக்ரந்தி வர்ஜிதாய நம:

997. ஓம் ஸ்ரீ ஸாயி க்ஷாந்தாநந்த தௌர்ஜந்யாய நம:

998. ஓம் ஸ்ரீ ஸாயி க்ஷிதி பாலாதி ஸேவிதாய நம:

999. ஓம் ஸ்ரீ ஸாயி க்ஷிப்ரப்ரஸாத தாத்ரே நம:

1000. ஓம் ஸ்ரீ ஸாயி க்ஷேத்ரீக்ருத ஸ்வசி'ர்டிகாய நம:

இதி சி'ர்டீ ஸாயி ஸஹஸ்ரநாமாவளி: ஸம்பூர்ணம்

11. உடா உடா ஸகள

உடா உடா ஸகள ஜன, வாசே ஸ்மராவா கஜானன
கௌரீ ஹராசா நந்தன, கஜ் வதன கணபதி (உடா உடா)
த்யானி அனுனி ஸுக மூர்த்தி, ஸ்தவன்கரா ஏகேசித்தி
தொதேயீல் ஜ்ஞான மூர்த்தி, மோக்ஷ ஸுகஸோஜ்வள (உடா உடா)
ஜோ நிஜ பக்தாம்சா தாதா, வந்த்ய ஸுர்வரா ஸமஸ்த
த்யாஸி த்யாதா பவ பயசிந்தா, விக்ன வார்த்தா நிவாரி (உடா உடா)
தோஹா ஸுகாசா ஸாகர், ஸ்ரீ கண்ராஜ் மோரேச்'வர்
பாவே வின்வித் கிரிதர், பக்த த்யாச ஹோஉனீ (உடா உடா)

12. கனச்'யாம் ஸுந்தரா

கனச்'யாம் ஸுந்தரா கனச்'யாம் ஸுந்தரா
ஸ்ரீதரா, அருணோதய ஜாலா
உடி லவகரி வனமாலீ, வனமாலீ...
உடி லவகரி வனமாலீ, உதயாஞ்சளி மித்ர் ஆலா(கனச்'யாம் ஸுந்தரா)
ஆ... ஆஆ.... ஆஆஆஆ....
ஆனந்த் கந்தா ப்ரபாத ஜாலீ
உடீ ஸரலீ ராதீ, உடீ ஸரலீ ராதீ,
காடி ஜார க்ஷீரபாத்ர கேவுனி, தேனு ஹம்பரதீ
லக்ஷிதாதி வாஸுரே ஹரி, தேனு ஸ்தன் பாண்ஹாலா
உடி லவகரி வனமாலீ, வனமாலீ...
உடி லவகரி வனமாலீ, உதயாஞ்சளி மித்ர் ஆலா(கனச்'யாம் ஸுந்தரா)
ஸாயங்காளீ ஏகே வேளீ, த்விஜ்கண் அவகே வ்ரக்ஷீ
அருணோதய ஹோதாச் உடாலே தராவயா பக்ஷீ
ப்ரபாத காளீ உடுனி காவடீ, தீர்த்தபத லக்ஷீ
கருணி ஸதா ஸந்மார்க்கன் கோபீ, கும்ப கேவுனி குக்ஷீ
யமுனா ஜளாஸி ஜாஸீ முகுந்தா, யமுனா ஜளாஸி ஜாஸீ
முகுந்தா தத்யோதன பக்ஷீ.... (கனச்'யாம் ஸுந்தரா)

13. ஓம் ஜய் ஜகதீச்' ஹரே

ஓம் ஜய் ஜகதீச்' ஹரே, ஸ்வாமி ஜய் ஜகதீச்' ஹரே,
பக்த் ஜனோ கே ஸங்கட் தாஸ் ஜனோ கே ஸங்கட்,
க்ஷண் மே தூர் கரே ஓம் ஜய் ஜகதீச்' ஹரே 1

ஜோ த்யாவே ஃபல் பாவே, துக் வினாச' மன் கா
ஸ்வாமி துக் வினாச' மன் கா
ஸுக் ஸம்பத்தி கர் ஆவே ஸுக் ஸம்பத்தி கர் ஆவே
கஷ்ட் மிடே தன் கா ஓம் ஜய் ஜகதீச்' ஹரே 2

மாதா பிதா தும் மேரே, ச'ரண் கஹூ கிஸ்கீ,
ஸாய் ச'ரண் கஹும் கிஸ்கீ,
தும் பின் ஔர் ந தூஜா, தும் பின் ஔர் ந தூஜா
ஆஸ் கரூ ஜிஸ்கீ, ஓம் ஜய் ஜகதீச் ஹரே 3

தும் பூரண் பரமாத்மா, தும் அந்தர்யாமி,
ஸாயி தும் அந்தர்யாமி
பரப்ரஹ்ம பரமேச்'வர், பரப்ரஹ்ம பரமேச்'வர்,
தும் ஸப்கே ஸ்வாமீ, ஓம் ஜய் ஜகதீச்' ஹரே 4

தும் கருணா கே ஸாகர், தும் பாலன் கர்த்தா,
ஸாயி தும் பாலன் கர்த்தா
மை மூரக்கல்காமீ, மை மூரக்கல்காமீ, மை ஸேவக் தும் ஸ்வாமீ,
க்ருபா கரோ பர்த்தா, ஓம் ஜய் ஜகதீச்' ஹரே 5

தும் ஹோ ஏக் அகோசர்,
ஸப் கே ப்ராண பதி, ஸாயி ஸப் கே ப்ராண பதி,
கிஸ் விதி மிலூ தயாமய், கிஸ் விதி மிலூ தயாமய்,
தும்கோ மை குமதி, ஓம் ஜய் ஜகதீச்' ஹரே 6

தீனபந்து துக் ஹர்த்தா, தும் டாகூர் மேரே,
ஸாயி தும் டாகூர் மேரே,

அப்னே ஹாத் படாவோ, அப்னே ஹாத் படாவோ்,
த்வார் படா தேரே, ஓம் ஜய் ஜகதீச்' ஹரே 7

விஷய் விகார் மிடாவோ, பாப் ஹரோ தேவா,
ஸாயி பாப் ஹரோ தேவா,
ச்'ரத்தா பக்தி படாவோ, ச்'ரத்தா பக்தி படாவோ,
ஸந்தன் கீ ஸேவா, ஓம் ஜய் ஜகதீச்' ஹரே 8

தன் மன் தன் ஸப் குச் ஹை தேரா,
ஸாயி ஸப் குச் ஹை தேரா,
தேரா துஜ் கோ அர்பண், தேரா துஜ் கோ அர்பண்,
க்யா லகே மேரா, ஓம் ஜய் ஜகதீச்' ஹரே 9

பூர்ண ப்ரஹ்ம்கீ ஆரத்தீ,
ஜோகோயீகாவே, ஸாயி ஜோகோயீகாவே,
கஹத் சி'வானந்த் ஸ்வாமி, கஹத் சி'வானந்த் ஸ்வாமி,
ஸுக் ஸம்பத்தி ஆவே, ஓம் ஜய் ஜகதீச்' ஹரே 10

14. காகட ஆரத்தீ

(காலை உபாஸனை முறை - அதிகாலை 5.15 மணி)

(5 திரி விளக்குடன் அதிகாலை 5.15 மணிக்கு தூப தீப நைவேத்யத்துடன் இந்த ஆரத்தி செய்யவும்.)

1. ஜோடூநியாகர (பூபாலீ)

1. ஜோடூநியா கரசரணீ, டேவிலா மாதா
பரிஸாவீ விநந்தீ மாஜீ பண்டரீநாதா
அஸோ நஸோ பாவ ஆலோ துஜியா டாயா
க்ருபாத்ருஷ்டீ பாஹே மஜ்கடே ஸத்குருராயா

2. அகண்டித ஸாவே ஐஸே வாடதே பாயீ
ஸாண்டூநீ ஸங்கோச் டாவ் தோடாஸா தேயீ
துகாஹ்மணே தேவா மாஜீ வேடீவாகுடீ
நாமே பவபாச்' ஹாதீ ஆபுல்யா தோடீ

2. உடா பாண்டுரங்கா (பூபாலீ)

1. உடா பாண்டுரங்கா ஆதா ப்ரபாத ஸமயோ பாதலா
வைஷ்ணவாஞ்ச்ச மேளா கருடா பாரீதாடலா

2. கருட பாராபாஸுனீ மஹா த்வாரா பர்யந்த்
ஸுரவரான்சீ மாந்தீ உபீ ஜோடுநியாஹாத

3. சு'க ஸனகாதிக நாரத தும்புர பக்தான்ச்யா கோடீ
த்ரிசூ'ல டமரூ கேவுனி உபா கிரிஜேசாபதீ

4. கலீயுகீசா பக்தநாமா உபா கீர்த்தனீ
பாடீ மாகே உபீடோளா லாவூனியா ஜனீ

3. உடா உடா ஸ்ரீஸாயிநாதா (பூபாலீ)

1. உடா உடா ஸ்ரீஸாயிநாத குரு சரண கமல தாவா
ஆதிவ்யாதி பவதாப வாருநீ தாரா ஜடஜீவா (உடா உடா)
2. கேலீ தும்ஹா ஸோடுநியா பவதம ரஜனீ விலயா
பரீஹீ அஜ்ஞாநாஸீ துமசீபுலவி யோகமாயா
3. ச'க்தினே ஆஹ்மாந் யத்கின்சிதஹீ திஜலா ஸாராயா
தும்ஹீச தீதே ஸாருநி தாவா முக ஜன தாராயா
4. போ ஸாயிநாத மஹராஜ பவதிமிர நாச'க ரவீ
அஜ்ஞாநீ அஹ்மீ கிதீ தவ வர்ணாவீ தோரவீ
5. தீ வர்ணிதா பாகலே பஹுவதநி சேஷ் விதி கவீ
ஸக்ருப ஹோவுநி மஹிமா துமசா தும்ஹீச வதவாவா (ஆதி–உடா)
6. பக்தமநீ ஸத்பாவ தருனி ஜே தும்ஹாந் அனுஸரலே
த்யாயாஸ்தவ தே தர்ச'ன துமசே த்வாரி உபேடேலே.
7. த்யாநஸ்த்தா தும்ஹாஸ பாஹுநீ மன அமுசே காலே
பரிவத் வசநாம்ருத ப்ராசா'யா தே ஆதுர ஜாலே
8. உகடுநீ நேத்ரகமலா தீனபந்தூ ரமாகாந்தா
பாஹீபா க்ருபாத்ருஷ்டீ பாலகா ஜசீ' மாதா
9. ரஞ்ஜவீ மதுரவாணீ ஹரீ தாப் ஸாயிநாதா
ஆஹ்மீச அபுலே கார்யாஸ்தவ துஜ கஷ்டவிதோ தேவா
ஸஹன கரிசி'லதே ஐகுநி த்யாவீ
பேட்க்ருஷ்ணதாவா (உடா உடா – ஆதி வ்யாதி)

4. தர்ச'ன த்யா - உடா பாண்டுரங்கா

1. உடா பாண்டுரங்கா ஆதா தர்ச'னத்யா ஸகளா
ஜாலா அருணோதய ஸரலீ நித்ரேசீ வேளா
2. ஸந்த் ஸாதூ முநீ அவகே ஜாலேதீ கோளா
ஸோடா சே'ஜே ஸுகா ஆதா பஹு த்யா முககமலா
3. ரங்க மண்டபீ மஹாத்வாரீ ஜாலீஸே தாடீ
மன உதாவீளரூப் பஹாவயாத்ருஷ்டீ

4. ராஹீ ரகுமாபாயீ தும்ஹா யே வூத்யாதயா
சே’ஜே ஹாலவுநீ ஜாகே கரா தேவராயா

5. கருட ஹனுமந்த உபே பஹாதீ வாட
ஸ்வர்கீசே ஸுரவர கேவுனி ஆலேபோபாட

6. ஜாலே முக்தித்வார் லாப் ஜாலாரோகடா
விஷ்ணுதாஸ நாமா உபா கேவுனி காகடா

5. பஞ்சாரதீ - கேவுனியா (அபங்க்)

1. கேவுனியா பஞ்சாரதீ கரூ பாபாந்ஸீ ஆரத்தீ
கரூ ஸாயீஸீ ஆரத்தீ, கரூ பாபாந்ஸீ ஆரத்தீ

2. உடா உடா ஹோ பாந்தவ, ஓவாளூ ஹா ரமாதவ
ஸாயீ ரமாதவ ஓவாளூ ஹா ரமாதவ

3. கரூ நியா ஸ்த்திரமன, பாஹூ கம்பீர ஹே த்யான
ஸாயிசே ஹே த்யான பாஹூ கம்பீர ஹே த்யான

4. க்ருஷ்ணநாதா தத்த ஸாயி ஜடோ சித்த துஜே பாயீ
சித்த தேவா பாயீ ஜடோ சித்த துஜே பாயீ

6. சின்மயரூபா - காகட ஆர்த்தீ

காகட ஆர்த்தீ கரீதோ ஸாயிநாத தேவா
சின்மயரூப தாகவீ கேவுநி பாலக லகுஸேவா (காகட)

1. காமக்ரோத மத மத்ஸர ஆடுநீ காகடா கேலா
வைராக்யாசே தூப் காடுனீ மீ தோ பிஜவீலா
ஸாயிநாத குரு பக்தி ஜ்வலநேம் தோமீ பேடவிலா
தத்வ்ருத்தீ ஜாளுநீ குருநே ப்ரகாச’ பாடிலா
த்வைத தமா நாசூ’ நீ மிளவீ தத்ஸ்வரூபீ ஜீவா

(சின்மய–காகட–சின்மய)

2. பூ – கேசர வ்யாபூநீ அவகே ஹ்ருத்கமலீ ராஹஸீ
தோசீ தத்த தேவ தூ சி’ரடீ ராஹூநி பாவஸீ

ராஹூநி யேதே அன்யத்ர ஹிதூ பக்தாஸ்தவ தாவஸீ
நிரஸூநியா ஸங்கடதாஸா அனுபவ தாவிஸீ
ந களே த்வல்லீலாஹீ கோண்யா தேவா வா மானவா
(சின்மய–காகட–சின்மய)

3. த்வத்யச’ தும்துபீனே ஸாரே அம்பர் ஹே கோந்தலே
ஸகுணமூர்த்தி பாஹண்யா ஆதுர ஜன சி’ர்டீ ஆலே
ப்ராசு’னி த்வத்வசனாம்ருத அமுசே தேஹபான் ஹரஃபலே
ஸோடுநியா துரபிமான மானஸ த்வச்சரணீ வாஹிலே
க்ருபா கரூநியா ஸாயி மாவுலே தாஸ பதரி க்யாவா
(சின்மய–காகட–சின்மய)

7. பண்டரிநாதா - பக்தீசியா

1. பக்தீசியா போடீ போத் காகட ஜ்யோதீ
பஞ்சப்ராண ஜீவேபாவே ஓவாளூ ஆரத்தீ
2. ஓவாளூ ஆரத்தீ மாஜ்யா பண்டரீநாதா மாஜ்யா ஸாயிநாதா
தோன்ஹீ கரஜோடுநீ சரணீ டேவிலா மாதா
காய மஹிமா வர்ணூ ஆதா ஸாங்கணே கீதீ
கோடீ ப்ரஹ்மஹத்யா முக பாஹதா ஜாதீ
3. ராஹீ ரகுமாபாயீ உப்யா தோகீ தோ பாஹீ
மயூரபிஞ்ச்ச சாமரே டாளிதி டாயீசா டாயீ
4. துகாஹ்மணே தீப் கேவுனி உன்மனீத சோ’பா
விடேவரீ உபாதிஸே லாவண்ய காபா

8. உடா ஸாதுஸந்த

1. உடா ஸாதுஸந்த ஸாதா ஆபுலாலே ஹித
ஜாயீல ஜாயீல ஹா நரதேஹ மக கைஞ்சா பகவந்த
2. உட்டோநியா பஹாடே பாபா உபா அஸே விடே
சரண தயாந் சே கோமடே அம்ருத த்ருஷ்டீ அவலோகா

3. உடா உடா ஹோ வேகேஸீ சலா ஜா ஹூராவுளாஸீ
ஜளதில பாதகாஞ்ச்யா ராசீ' காகட ஆரத்தீ தேக்லியா
4. ஜாகே கரா ருக்மிணீவரா, தேவ ஆஹே நிஜ ஸுராந்த
வேகே லிம்பலோண் கரா த்ருஷ்ட் ஹோயீல் தயாஸீ
5. த்வாரீ பாஜந்த்ரீ வாஜதீ டோலு டமாமே கா்ஜதீ
ஹோதஸே காகட ஆரத்தீ மாஜ்யா ஸத்குரு ராயாந்சீ
6. ஸிம்ஹநாத ச'ங்கபேரீ ஆனந்த ஹோதோ மஹாத்வாரீ
கேச'வராஜ விடேவரீ நாமா சரண வந்திதோ

9. பஜன் - ஸாயிநாத குரு

ஸாயிநாத குரு மாஜே ஆயீ, மஜலா டாவ த்யாவா பாயீ
தத்தராஜ குரு மாஜே ஆயீ, மஜலா டாவ த்யாவா பாயீ
ஸாயிநாத குரு மாஜே ஆயீ மஜலா டாவ த்யாவா பாயீ (2 முறை)
ஸ்ரீ ஸச்சிதானந்த ஸத்குரு ஸாயிநாத் மஹராஜ் கீ ஜெய்.

10. ஸ்ரீ ஸாயிநாத ப்ரபாதாஷ்டகம் - ப்ரபாத ஸமயீ (ப்ருத்வீ)

1. ப்ரபாத ஸமயீ நபா சு'ப ரவிப்ரபா ஃபாகலீ
ஸ்மரே குரு ஸதா ஆசா' ஸமயி த்யா ச்சளே நா கலீ
ஹ்மனோநி கர ஜோடுநீ கரூ ஆதா குரு ப்ரார்த்தனா
ஸமர்த்த குரு ஸாயிநாத புரவீ மனோவாஸனா
2. தமா நிரஸி பானு ஹா குருஹி நாஸி அஜ்ஞானதா
பரந்து குருசீ கரீ ந ரவிஹீ கதீ ஸாம்யதா
புன்ஹா திமிர ஜன்ம கே குருக்ருபேனி அஜ்ஞானனா
ஸமர்த்த குரு ஸாயிநாத புரவீ மனோவாஸனா
3. ரவீ ப்ரகட ஹோவுனி த்வரித காலவீ ஆலஸா
தஸா குருஹி ஸோடவீ ஸகல துஷ்க்ருதீலாலஸா
ஹடோநி அபிமானஹீ ஜடவி த்வத்பதீ பாவனா
ஸமர்த்த குரு ஸாயிநாத புரவீ மனோவாஸனா

4. குரூஸி உபமா திஸே விதிஹரீ ஹராஞ்சீ உணீ
குடோனி மக் ஹேயிதீ கவநியா உகீ பாஹுணீ
துஜீச உபமா துலா பரவி சோ'பதே ஸஜ்ஜனா
ஸமர்த்த குரு ஸாயிநாத புரவீ மனோவாஸனா

5. ஸமாதி உதரோநியா குரு சலா மசீ'தீகடே
த்வதீய வசனோக்தி தீ மதுர வாரிதீ ஸாகடே
அஜாதரிபு ஸத்குரோ அகிலபாதகா பஞ்ஜனா
ஸமர்த்த குரு ஸாயிநாத புரவீ மனோவாஸநா

6. அஹா ஸுஸமயாஸி யா குரு உடோனியா பைஸலே
விலோகுநி பதாச்'ரிதா ததிய ஆபதே நாஸிலே
அஸா ஸுஹிதகாரி யா ஜகதி கோணிஹீ அன்ய நா
ஸமர்த்த குரு ஸாயிநாத புரவீ மனோவாஸநா

7. அஸே பஹுத சா'ஹணா பரி ந ஜ்யா குருசீ க்ருபா
ந தத்ஸ்வஹித த்யாகளே கரிதஸே ரிகாம்யா கபா
ஜரீ குருபதா தரீ ஸுத்ருட பக்திநே தோ மனா
ஸமர்த்த குரு ஸாயிநாத புரவீ மனோவாஸநா

8. குரோ வினதி மீ கரீ ஹ்ருதய மந்திரீ யா பஸா
ஸமஸ்த ஜக் ஹே குருஸ்வரூபசீ டஸோ மானஸா
கடோ ஸதத ஸத்க்ருதீ மதிஹீ தே ஜகத்பாவனா
ஸமர்த்த குரு ஸாயிநாத புரவீ மனோவாஸனா

ஸ்ரக்தரா

ப்ரேமே யா அஷ்ட காஸீ படுநி குருவரா
ப்ரார்திதீ ஜே ப்ரபாதீ த்யாஞ்சே சித்தஸீ தேதோ அகில ஹருநியா
ப்ராந்தி மீ நித்யசா'ந்தீ

ஜஸே ஹே ஸாயிநாத கதுனீ ஸுசவிலே ஜேவி யா பாலகாஸீ
தேவீ த்யா க்ருஷ்ணபாயீ நமுநி
ஸ விநயே அர்ப்பிதோ அஷ்டகாஸீ

ஸ்ரீ ஸச்சிதானந்த ஸத்குரு ஸாயிநாத் மஹராஜ்கீ ஜய்!

11. ஸாயி ரஹம் நஜர்

1. ஸாயி ரஹம் நஜர் கர்நா பச்சோங்கா பாலன் கர்நா
ஸாயி ரஹம் நஜர் கர்நா பச்சோங்கா பாலன் கர்நா
ஜாநா துமனே ஜகத்பஸாரா ஸப்ஹீ ஜூட் ஜமாநா
ஜாநா துமனே ஜகத்பஸாரா ஸப்ஹீ ஜூட் ஜமாநா (ஸாயி ரஹம்)

2. மை அந்தா ஹூம் பந்தா ஆப்கா முஜ்கோ ப்ரபு
திக்லானா (2 முறை) (ஸாயி ரஹம்)

3. தாஸகனு கஹே அப் க்யா போலூம்,
தக் கயீ மேரீ ரஸனா (2 முறை) (ஸாயி ரஹம்)

12. ரஹம் நஜர் கரோ

1. ரஹம் நஜர்கரோ (2) அப் மோரே ஸாயீ
தும பின நஹீம் முஜே மா பாப் பாயீ (ரஹம்)
மை அந்தா ஹூம் பந்தா தும்ஹாரா (2 முறை)
மை ந ஜானூம் (3முறை) அல்லா இலாஹீ (ரஹம்)

2. காளீ ஜமானா மைனே கமாயா (2 முறை)
ஸாதீ ஆகர்கா (3முறை) கியா ந கோயீ (ரஹம்)

3. அப்னே மசீ'த்கா ஜாடு கனூ ஹை (2முறை)
மாலிக் ஹமாரே (3முறை) தும பாபா ஸாயி (ரஹம்)

13. ஜனீபத் - துஜ காயதேவூ

துஜ காயதேவூ ஸாவள்யாமீ காயாதரீயோ (2 முறை)
மீ துபளி படிகநாம்யாசீ ஜாண ஸ்ரீ ஹரி (2 முறை)
உச்சிஷ்ட துலா தேணே ஹீ கோஷ்ட நா பரீயோ (2 முறை)
தூ ஜகந்நாத் துஜா தேவூ கசீ'ரே பாகரீ (2 முறை)
நகோ அந்த மதீய பாஹூ ஸக்யா பகவந்தா, ஸ்ரீ காந்தா
மாத்யாஹ்ன ராத்ரி உலடோனி கேலி ஹீ ஆதா, அணசித்தா
ஜாஹோயீள் துஜா ரே காகடா கீ ராவுளாந்தரீயோ (2முறை)
அணதீல பக்த நைவேத்யஹீ நாநாபரீ (2முறை) (துஜ)

14. ஸ்ரீ ஸத்குருபாபா

1. ஸ்ரீ ஸத்குருபாபா ஸாயிஹோ (2முறை)
துஜ வாஞ்சுநி ஆச்'ரய நாஹீ பூதலீ (2முறை)
2. மீ பாபீ பதித தீமந்தா ஹோ, (2முறை)
தாரணே மலா குருநாதா ஜடகரீ (2முறை)
3. தூ சா'ந்தி க்ஷமேசா மேரூ ஹோ (2முறை)
தூ பவார்ணவீசே தாரூ, குருவரா (2முறை)
4. குருவரா, மஜஸீ பாமரா ஆதா உத்தரா
த்வரித லவலாஹீ, த்வரித லவலாஹீ,
மீ புடதோ பவபய டோஹீ, உத்தரா (2முறை) (ஸ்ரீ ஸத்குரு)

லல்காரா

ஸ்ரீ ஸச்சிதானந்த ஸத்குரு ஸாயிநாத் மஹராஜ் கீ ஜெய்
ஓம் ராஜாதிராஜ யோகிராஜ பரப்ரஹ்மஸாயிநாத் மஹராஜ் கீ ஜெய்
ஸ்ரீ ஸச்சிதானந்த ஸத்குரு ஸாயிநாத் மஹராஜ் கீ ஜெய்

காகட ஆரத்தி முடிவுபெற்றது.

15. மத்யாஹ்ன ஆரத்தீ

(பகல் 12 மணி)

(5 திரி விளக்குடன் பகல் 12.00 மணிக்கு தூபதீப நைவேத்தியத்துடன் இந்த ஆரத்தி செய்யவும்.)

1. பஞ்சாரதீ - கேவுனியா (அபங்க்)

1. கேவுனியா பஞ்சாரதீ கரூ பாபாந்ஸீ ஆரத்தீ
கரூ ஸாயீஸீ ஆரத்தீ, கரூ பாபாந்ஸீ ஆரத்தீ

2. உடா உடா ஹோ பாந்தவ, ஒவாளூ ஹா ரமாதவ
ஸாயீ ரமாதவ ஓவாளூ ஹா ரமாதவ

3. கரூ நியா ஸ்த்திரமன, பாஹூ கம்பீர ஹே த்யான
ஸாயிசே ஹே த்யான பாஹூ கம்பீர ஹே த்யான

4. க்ருஷ்ணநாதா தத்த ஸாயி ஜடோ சித்த துஜே பாயீ
சித்த தேவா பாயீ ஜடோ சித்த துஜே பாயீ

2. ஆரத்தி ஸாயிபாபா

1. ஆரத்தி ஸாயிபாபா ஸௌக்ய தாதார ஜீவா
சரண ரஜதளீ த்யாவா தாஸா விஸாவா
பக்தாம் விஸாவா (ஆரத்தி)

2. ஜாளுநியா அநங்க ஸ்வ ஸ்வரூபீ ராஹே தங்க
முமுக்ஷு ஜனாதாவீ நிஜ டோளா ஸ்ரீரங்க டோளா ஸ்ரீரங்க(ஆரத்தி)

3. ஜயா மணீ ஜைஸா பாவ தயா தைஸா அனுபவ
தாவிஸீ தயாகநா ஐஸீ துஜீ ஹீமாவ துஜீ ஹீமாவ (ஆரத்தி)

4. துமசே நாம த்யாதா ஹரே ஸம்ச்'ருதிவ்யதா
அகாத தவ கரணீ மார்க தாவிஸீ அநாத தாவிஸீ அநாத (ஆரத்தி)

5. கலியுகீ அவதார ஸகுண பரப்ரஹ்ம ஸாசார
அவதீர்ண ஜாலாந்ஸே ஸ்வாமி தத்த திகம்பர தத்த
திகம்பர (ஆரத்தி)

6. ஆடா திவஸா குருவாரீ பக்தகரீ திவாரீ
ப்ரபுபத பஹாவயா பவபய நிவாரீ பய நிவாரீ (ஆரத்தீ)

7. மாஜா நிஜ த்ரவ்ய டேவா தவ சரண ரஜஸேவா
மாகணே ஹேசி ஆதா துஹ்மா தேவாதி தேவா தேவாதி தேவா
(ஆரத்தீ)

8. இச்சிதா தீன சாதக நிர்மல தோய நிஜ ஸுக
பாஜாவே மாதவா யா ஸம்பாள ஆபுளீ பாக ஆபுளீ பாக(ஆரத்தீ)

3. ஜயதேவ ஜயதேவ

1. ஜயதேவ ஜயதேவ தத்தா அவதூதா ஓ ஸாயி அவதூதா
ஜோடுநி கரதவ சரணீ டேவிதோ மாதா (ஜயதேவ)

2. அவதரஸி தூ யேதா தர்மாந்தே க்லாநீ
நாஸ்தீகா நாஹீ தூ லாவிஸீ நிஜபஜநீ
தாவிஸீ நாநா லீலா அஸங்க்ய ரூபாநீ
ஹரிஸீ தீநாஞ்சே தூ ஸங்கட தினரஜநீ (ஜயதேவ)

3. யவன ஸ்வரூபீ யேக்யா தர்ச'ன த்வாதிதலே
ஸம்ச'ய நிரஸுநியா தத்வைதா காலவிலே
கோபீ சந்தா மந்தா த்வாம்சீ உத்தரிலே
மோமின வம்சீ' ஜன்முநி லோகாந் தாரியலே (ஜயதேவ)

4. பேத் ந தத்வீம் ஹிந்தூ யவனாஞ்சா காந்ஹீ
தாவாயாஸீ ஜாலா புநரபி நரதேஹீ
பாஹஸி ப்ரேமானே தூ ஹிந்து யவநாம் ஹீ
தாவிஸி ஆத்மத்வாநே வ்யாபக ஹா ஸாயீ (ஜயதேவ)

5. தேவா சாயிநாதா த்வத்பதநத வ்ஹாவே
பரமாயா மோஹித ஜன மோசன ஜணிவ்ஹாவே
த்வத் க்ருபயா ஸகலாஞ்சே ஸங்கட நிரஸாவே
தேசி'ல தரி தே த்வத்ருச' க்ருஷ்ணானே காவே (ஜயதேவ)

4. சி'ர்டீ மாஜே பண்டரபுர

1. சிர்டீ மாஜே பண்டரபுர ஸாயிபாபா ரமாவர
பாபா ரமாவர ஸாயி பாபா ரமாவர
2. சு'த்த பக்தீ சந்த்ரபாகா பாவ புண்டலீக ஜாகா
புண்டலீக ஜாகா பாவ புண்டலீக ஜாகா
3. யாஹோ யாஹோ அவகே ஜன கரூ பாபாந்ஸீ வந்தன
ஸாயீஸீ வந்தன பாபாந்ஸீ வந்தன
4. கனூம்ஹணே பாபா ஸாயீ தாவ பாவ மாஜே ஆயீ
பாவ மாஜே ஆயீ தாவ பாவ மாஜே ஆயீ

5. காலீன லோடாங்கண

(கற்பூரம் ஏற்றி இந்த ஆரத்தீ செய்யவும்)

1. காலீன லோடாங்கண வந்தீன சரண
டோள்யா நீ பாஹீன ரூப துஜே
ப்ரேமே ஆலிங்கன ஆநந்தே பூஜின
பாவே ஓவாளின ம்ஹணே நாமா
2. த்வமேவ மாதா பிதா த்வமேவ
த்வமேவ பந்துச்'ச ஸகாத்வமேவ
த்வமேவ வித்யா த்ரவிணம் த்வமேவ
த்வமேவ ஸர்வம் மம தேவதேவ.
3. காயேன வாசா மனஸேந்த்ரியைர்வா
புத்யாத்மனா வா ப்ரக்ருதே ஸ்வபாவாத்
கரோமி யத்யத் ஸகலம் பரஸ்மை
நாராயணாயேதி ஸமர்ப்பயாமி
4. அச்யுதம் கேச'வம் ராமநாராயணம்
க்ருஷ்ண தாமோதரம் வாஸுதேவம் ஹரிம்
ஸ்ரீதரம் மாதவம் கோபிகாவல்லபம்
ஜானகீ நாயகம் ராமசந்த்ரம் பஜே

நாம ஸ்மரண

ஹரே ராம ஹரே ராம ராம ராம ஹரே ஹரே.

ஹரே க்ருஷ்ண ஹரே க்ருஷ்ண க்ருஷ்ண க்ருஷ்ண ஹரே ஹரே

(மூன்று முறை)

6. மந்த்ர புஷ்பம் - புஷ்பாஞ்ஜலீ

ஹரி: ஓம் யஜ்ஞேன யஜ்ஞமயஜந்த

தேவாஸ்த்தானி தர்மாணி ப்ரதமான்யாஸன்

தே ஹ நாகம் மஹிமான: ஸ சந்த யத்ர

பூர்வே ஸாத்யா ஸந்தி தேவா:

ஓம் ராஜாதி ராஜாய ப்ரஸஹ்ய ஸாஹினே நமோ

வயம் வைச்'ரவணாய குர்மஹே

ஸமே காமான் காம காமாய மஹ்யம்

காமேச்'வரோ வைச்'ரவணோததாது

குபேராய வைச்'ரவணாய மஹராஜாய நம:

ஓம் ஸ்வஸ்தி ஸாம்ராஜ்யம் போஜ்யம் ஸ்வாராஜ்யம்

வைராஜ்யம் பாரமேஷ்ட்யம் ராஜ்யம்

மஹாராஜ்யமாதிபத்ய மயம் ஸமந்தபர்யா

ஈச்'யா ஸார்வபௌம: ஸார்வாயுஷான்

தாதாபரார்தாத் ப்ருதிவ்யை ஸமுத்ர பர்யந்தாயா

ஏகராளிதி ததப்யேஷ ச்'லோகோ(அ)பிகீதோ மருத: பரிவேஷ்டாரோ

மருத்தஸ்யா வஸந்க்ருஹே

அவிக்ஷிதஸ்ய காமப்ரேர்விச்'வே தேவா: ஸபாஸத இதி

ஸ்ரீ நாராயண வாஸுதேவாய ஸச்சிதாநந்த

ஸத்குரு ஸாயிநாத் மஹராஜ் கீ ஜெய்

7. நமஸ்காராஷ்டகம் - அனந்தா துலா தே

1. அனந்தா துலாதே கஸே ரே ஸ்தவாவே
அனந்தா துலாதே கஸே ரே நமாவே
அனந்தா முகாம்சா சி'ணே சே'ஷ காதா
நமஸ்கார ஸாஷ்டாங்க ஸ்ரீ ஸாயிநாதா

2. ஸ்மராவே மநீ த்வத்பதா நித்ய பாவே
உராவே தரீ பக்திஸாடீ ஸ்வபாவே
தராவே ஜகா தாருனீ மாயதாதா
நமஸ்கார ஸாஷ்டாங்க ஸ்ரீ ஸாயிநாதா

3. வஸே ஜோ ஸதா தாவயா ஸந்த லீலா
திஸே ஆஜ்ஞலோகாம்பரீஜோ ஜனாலா
பரீ அந்தரீ ஜ்ஞான கைவல்ய தாதா
நமஸ்கார ஸாஷ்டாங்க ஸ்ரீ ஸாயிநாதா

4. பரா லாதலா ஜன்ம ஹா மானவாசா
நரா ஸார்த்தகா ஸாதனீ பூத ஸாசா
தரூந் ஸாயிப்ரேமா களாயா அஹந்தா
நமஸ்கார ஸாஷ்டாங்க ஸ்ரீ ஸாயிநாதா

5. தராவே கரீ ஸான அல்பஜ்ஞபாலா
கராவே அஹ்மா தன்ய சும்போநி காலா
முகீ காலப்ரேமே கராக்ராஸ ஆதா
நமஸ்கார ஸாஷ்டாங்க ஸ்ரீ ஸாயிநாதா

6. ஸுராதீக ஜ்யாந்ச்யா பதா வந்திதாதீ
சு'காதீக ஜ்யாந்தே ஸமாநத்வ தேதீ
ப்ரயாகாதி தீர்த்தேபதீ நம்ரஹோதா
நமஸ்கார ஸாஷ்டாங்க ஸ்ரீ ஸாயிநாதா

7. துஜ்யா ஜ்யா பதா பாஹதா கோபபாலீ
ஸதா ரங்கலீ சித்ஸ்வரூபீ மிளாலீ
கரீ ராஸக்ரீடா ஸவேந் க்ருஷ்ணநாதா
நமஸ்கார ஸாஷ்டாங்க ஸ்ரீ ஸாயிநாதா

8. துலா மாகதோ மாகணே ஏகத்யாவே
கராஜோடிதோ தீன அத்யந்த பாவே
பவீ மோஹநீராஜ ஹாதாரி ஆதா
நமஸ்கார ஸாஷ்டாங்க ஸ்ரீ ஸாயிநாதா

8. ஐஸா யேயீ பாபா

1. ஐஸா யேயீ பாபா ஸாயி திகம்பரா
அக்ஷயரூப அவதாரா ஸர்வஹி வ்யாபக தூ
ச்’ருதிஸாரா அனுஸூயாத்ரிகுமாரா மஹராஜ் யேயீ பாபா(ஐஸா)

2. காசீ’ ஸ்நான ஜப ப்ரதி திவஸீ’
கொல்ஹாபுர பிக்ஷேஸீ நிர்மல நதி துங்கா ஜலப்ராசீ’
நித்ரா மாஹுர தேசீ’ (ஐஸா)

3. ஜோளீ லோம்பதஸே வாமகரீ
த்ரிசூ’லடமரூ தாரீ
பக்தாவரத ஸதா ஸுககாரீ
தேசீ’ல முக்தீ சாரீ (ஐஸா)

4. பாயீ பாதுகா ஜபமாலா
கமண்டலூ ம்ருக ச்சாலா
தாரண கரிசீ’பா நாகஜடா
முகுட சோ’பதோ மாதா (ஐஸா)

5. தத்பர துஜ்யா யா ஜே த்யாநீ
அக்ஷய த்யாஞ்சே ஸதநீ
லக்ஷ்மீவாஸகரீ தினரஜநீ
ரக்ஷிஸி ஸங்கட வாருநீ (ஐஸா)

6. யா பரித்யான துஜே குரு ராயா
த்ருச்’யகரீ நயனாயா
பூர்ணானந்த ஸுகே ஹீ காயா
லாவிஸி ஹரி குண காயா (ஐஸா)

9. ஸ்ரீ ஸாயிநாத மஹிம்ன ஸ்தோத்ரம் - ஸதா ஸத்ஸ்வரூபம்

1. ஸதா ஸத்ஸ்வரூபம் சிதானந்த கந்தம்
ஜகத் ஸம்பவஸ்த்தான ஸம்ஹார ஹேதும்
ஸ்வபக்தேச்சயா மானுஷம் தர்ச'யந்தம்
நமாமீச்'வரம் ஸத்குரும் ஸாயிநாதம்

2. பவத்வாந்த வித்வம்ஸ மார்த்தாண்ட மீட்யம்
மனோ வாகதீதம் முநிர்த்யான கம்யம்
ஜகத் வ்யாபகம் நிர்மலம் நிர்குணம் த்வாம்
நமாமீச்'வரம் ஸத்குரும் ஸாயிநாதம்

3. பவாம்போதி மக்னார்த்திதானாம் ஜனானாம்
ஸ்வபாதாச்'ரிதானாம் ஸ்வபக்தி ப்ரியாணாம்
ஸமுத்தாரணார்த்தம் கலௌ ஸம்பவந்தம்
நமாமீச்'வரம் ஸத்குரும் ஸாயிநாதம்

4. ஸதா நிம்பவ்ருக்ஷஸ்ய மூலாதி வாஸாத்
ஸுதா ஸ்ராவிணம் திக்த மப்யப்ரியந்தம்
தரும் கல்ப வ்ருக்ஷாதிகம் ஸாதயந்தம்
நமாமீச்'வரம் ஸத்குரும் ஸாயிநாதம்

5. ஸதா கல்பவ்ருக்ஷஸ்ய தஸ்யாதி மூலே
பவத்பாவ புத்யா ஸபர்யாதி ஸேவாம்
ந்ருணாம் குர்வதாம் புக்தி முக்தி ப்ரதம் தம்
நமாமீச்'வரம் ஸத்குரும் ஸாயிநாதம்

6. அநேகாச்'ருதா தர்க்ய லீலா விலாஸை:
ஸமா விஷ்க்ருதேசா'ன பாஸ்வத்ப்ரபாவம்
அஹம்பாவ ஹீனம் ப்ரஸன்னாத்ம பாவம்
நமாமீச்'வரம் ஸத்குரும் ஸாயிநாதம்

7. ஸதாம் விச்'ரமா ராம மேவாபிராமம்
ஸதா ஸஜ்ஜனை: ஸம்ஸ்துதம் ஸன்னமத்பி:

ஜனா மோததம் பக்த பத்ர ப்ரதந்தம்
நமாமீச்’வரம் ஸத்குரும் ஸாயிநாதம்

8. ஆஜன்மாத்ய மேகம் பரப்ரஹ்ம ஸாக்ஷாத்
ஸ்வயம் ஸம்பவம் ராமமேவாவதீர்ணம்
பவத் தர்ச’னாத்ஸம் புநீத: ப்ரபோ(அ)ஹம்
நமாமீச்’வரம் ஸத்குரும் ஸாயிநாதம்

9. ஸ்ரீ ஸாயீச’ க்ருபாநிதே (அ)கிலந்ருணாந் ஸர்வார்த்த ஸித்திப்ரதா–
யுஷ்மத்பாதரஜ: ப்ரபாவமதுலம் தாதாபி வக்தாக்ஷம:
ஸத்பக்த்யா ச’ரணம் க்ருதாஞ்ஜலிபுட: ஸம்ப்ராப்திதோஸ்மி ப்ரபோ
ஸ்ரீமத் ஸாயீபரேச’ பாதகமலாநான்யச்’சரண்யம் மம

10. ஸாயி ரூபதர ராகவோத்தமம்
பக்த காம விபுதத்ருமம் ப்ரபும்
மாயயோபஹத சித்த சு’த்தயே
சிந்தயாம்யஹ மஹர்நிச’ம் முதா

11. ச’ரத் ஸுதாம்சு’ ப்ரதிமப்ரகாச’ம்
க்ருபாத பத்ரம் தவ ஸாயிநாதம்
த்வதீய பாதாப்ஜ ஸமாச்’ரிதானாம்
ஸ்வச்சாயயா தாபமபாம்கரோது

12. உபாஸனா தைவத ஸாயிநாத
ஸ்தவைர் மயோபாஸனினா ஸ்துதஸ்த்வம்
ரமேன்மனோ மே தவபாத யுக்மே
ப்ருங்கோ யதாப்ஜே மகரந்தலுபத:

13. அநேக ஜன்மார்ஜித பாபஸம்க்ஷயோ
பவேத் பவத் பாத ஸரோஜ தர்ச’னாத்
க்ஷமஸ்வ ஸர்வாநபராத புஞ்ஜகான்
ப்ரஸீத ஸாயீச’ குரோ தயாநிதே

14. ஸ்ரீ ஸாயிநாத சரணாம்ருத பூத சித்தா:
தத்பாத ஸேவனரதா ஸததம் ச பக்த்யா

ஸம்ஸார ஜன்ய துரிதெளக வினிர்கதாஸ்தே
கைவல்யதாம பரமம் ஸமவாப்நுவந்தி

15. ஸ்தோத்ரமேதத் படேத் பக்த்யா
யோ நரஸ்தன்மனா: ஸதா
ஸத்குரோ: ஸாயிநாதஸ்ய
க்ருபா பாத்ரம் பவேத் த்ருவம்

16. ஸாயிநாத க்ருபா ஸர்வத்ரு
ஸத்பத்ய குஸுமாவலி:
ச்'ரேயஸே ச மன: சு'த்யை:
ப்ரேம ஸூத்ரேண கும்ஃபிதா

17. கோவிந்த ஸூரி புத்ரேண
காசீ' நாதாபிதாயினா
உபாஸநீத்யுபாக்யேன
ஸ்ரீ ஸாயி குரவேர்ப்பிதா

(இதி ஸ்ரீ ஸாயிநாத மஹிம்ன ஸ்தோத்ரம் ஸம்பூர்ணம்)

ப்ரார்த்தனா

கரசரண க்ருதம் வாக் காய்ஜம் கர்மஜம் வா
ச்'ரவண நயனஜம் வா மானஸம்வா(அ)பராதம்
விஹிதமவிஹிதம் வா ஸர்வமேதத் க்ஷமஸ்வ
ஜயஜய கருணாப்தே ஸ்ரீ ப்ரபோ ஸாயிநாத

லல்காரா

ஸ்ரீ ஸச்சிதானந்த ஸத்குரு ஸாயிநாத்மஹராஜ் கீ ஜெய்
ஓம் ராஜாதிராஜ யோகிராஜ பரப்ரஹ்மஸாயிநாத் மஹராஜ் கீ ஜெய்
ஸ்ரீ ஸச்சிதானந்த ஸத்குரு ஸாயிநாத் மஹராஜ் கீ ஜெய்

16. மாலை ஆரத்தீ (தூப ஆரத்தீ)

(மாலை 6 மணி)

(1 திரி விளக்குடன் மாலை 6.00 மணிக்கு தூபதீப நைவேத்தியத்துடன் இந்த ஆரத்தீ செய்யவும்.)

1. ஆரத்தி ஸாயிபாபா

1. ஆரத்தி ஸாயிபாபா ஸௌக்ய தாதார ஜீவா
சரண ரஜதளீ த்யாவா தாஸா விஸாவா
பக்தாம் விஸாவா (ஆரத்தி)

2. ஜாளுநியா அநங்க ஸ்வ ஸ்வரூபீ ராஹே தங்க
முமுக்ஷ ஜனாதாவீ நிஜ டோளா ஸ்ரீரங்க டோளா ஸ்ரீரங்க(ஆரத்தி)

3. ஜயா மணீ ஜைஸா பாவ தயா தைஸா அனுபவ
தாவிஸீ தயாகநா ஐஸீ துஜீ ஹீமாவ துஜீ ஹீமாவ (ஆரத்தி)

4. துமசே நாம த்யாதா ஹரே ஸம்ச்'ருதிவ்யதா
அகாத தவ கரணீ மார்க தாவிஸீ அநாத தாவிஸீ அநாத (ஆரத்தி)

5. கலியுகீ அவதார ஸகுண பரப்ரஹ்ம ஸாசார
அவதீர்ண ஜாலாந்ஸே ஸ்வாமி தத்த திகம்பர தத்த
திகம்பர (ஆரத்தி)

6. ஆடா திவஸா குருவாரீ பக்தகரீ திவாரீ
ப்ரபுபத பஹாவயா பவபய நிவாரீ பய நிவாரீ (ஆரத்தி)

7. மாஜா நிஜ த்ரவ்ய டேவா தவ சரண ரஜஸேவா
மாகணே ஹேசி ஆதா துஹ்மா தேவாதி தேவா தேவாதி தேவா
(ஆரத்தி)

8. இச்சிதா தீன சாதக நிர்மல தோய நிஜ ஸூக
பாஜாவே மாதவா யா ஸம்பாள ஆபுளீ பாக ஆபுளீ பாக (ஆரத்தி)

2. சி'ர்டீ மாஜே பண்டரபுர

1. சிர்டீ மாஜே பண்டரபுர ஸாயிபாபா ரமாவர
பாபா ரமாவர ஸாயி பாபா ரமாவர

2. சு'த்த பக்தீ சந்த்ரபாகா பாவ புண்டலீக ஜாகா
புண்டலீக ஜாகா பாவ புண்டலீக ஜாகா

3. யாஹோ யாஹோ அவகே ஜன கரூ பாபாந்ஸீ வந்தன
ஸாயீஸீ வந்தன பாபாந்ஸீ வந்தன

4. கனூம்ஹணே பாபா ஸாயீ தாவ பாவ மாஜே ஆயீ
பாவ மாஜே ஆயீ தாவ பாவ மாஜே ஆயீ

3. காலீன லோடாங்கண

(கற்பூரம் ஏற்றி இந்த ஆரத்தி செய்யவும்)

1. காலீன லோடாங்கண வந்தீன சரண
டோள்யா நீ பாஹீன ரூப துஜே
ப்ரேமே ஆலிங்கன ஆநந்தே பூஜின
பாவே ஓவாளின ம்ஹணே நாமா

2. த்வமேவ மாதா பிதா த்வமேவ
த்வமேவ பந்துச்'ச ஸகாத்வமேவ
த்வமேவ வித்யா த்ரவிணம் த்வமேவ
த்வமேவ ஸர்வம் மம தேவதேவ.

3. காயேன வாசா மனஸேந்த்ரியைர்வா
புத்யாத்மனா வா ப்ரக்ருதே ஸ்வபாவாத்
கரோமி யத்யத் ஸகலம் பரஸ்மை
நாராயணாயேதி ஸமர்ப்பயாமி

4. அச்யுதம் கேச'வம் ராமநாராயணம்
க்ருஷ்ண தாமோதரம் வாஸுதேவம் ஹரிம்
ஸ்ரீதரம் மாதவம் கோபிகாவல்லபம்
ஜானகீ நாயகம் ராமசந்த்ரம் பஜே

நாம ஸ்மரண

ஹரே ராம ஹரே ராம ராம ராம ஹரே ஹரே.
ஹரே க்ருஷ்ண ஹரே க்ருஷ்ண க்ருஷ்ண க்ருஷ்ண ஹரே ஹரே

(மூன்று முறை)

4. நமஸ்காராஷ்டகம் - அனந்தா துலா தே

1. அனந்தா துலாதே கஸே ரே ஸ்தவாவே
அனந்தா துலாதே கஸே ரே நமாவே
அனந்தா முகாம்சா சி'ணே சே'ஷ காதா
நமஸ்கார ஸாஷ்டாங்க ஸ்ரீ ஸாயிநாதா

2. ஸ்மராவே மநீ த்வத்பதா நித்ய பாவே
உராவே தரீ பக்திஸாடீ ஸ்வபாவே
தராவே ஜகா தாருனீ மாயதாதா
நமஸ்கார ஸாஷ்டாங்க ஸ்ரீ ஸாயிநாதா

3. வஸே ஜோ ஸதா தாவயா ஸந்த லீலா
திஸே ஆஜ்ஞலோகாம்பரீஜோ ஜனாலா
பரீ அந்தரீ ஜ்ஞான கைவல்ய தாதா
நமஸ்கார ஸாஷ்டாங்க ஸ்ரீ ஸாயிநாதா

4. பரா லாதலா ஜன்ம ஹா மானவாசா
நரா ஸார்த்தகா ஸாதனீ பூத ஸாசா
தரூந் ஸாயிப்ரேமா களாயா அஹந்தா
நமஸ்கார ஸாஷ்டாங்க ஸ்ரீ ஸாயிநாதா

5. தராவே கரீஸான அல்பஜ்ஞபாலா
கராவே அஹ்மா தன்ய சும்போநி காலா
முகீ காலப்ரேமே கராக்ராஸ ஆதா
நமஸ்கார ஸாஷ்டாங்க ஸ்ரீ ஸாயிநாதா

6. ஸூராதீக ஜ்யாந்ச்யா பதா வந்திதாதீ
சு'காதீக ஜ்யாந்தே ஸமாநத்வ தேதீ

ப்ரயாகாதி தீர்த்தேபதீ நம்ரஹோதா
நமஸ்கார ஸாஷ்டாங்க ஸ்ரீ ஸாயிநாதா

7. துஜ்யா ஜ்யா பதா பாஹதா கோபபாலீ
ஸதா ரங்கலீ சித்ஸ்வரூபீ மிளாலீ
கரீ ராஸக்ரீடா ஸவேந் க்ருஷ்ணநாதா
நமஸ்கார ஸாஷ்டாங்க ஸ்ரீ ஸாயிநாதா

8. துலா மாகதோ மாகணே ஏகத்யாவே
கராஜோடிதோ தீன அத்யந்த பாவே
பவீ மோஹநீராஜ ஹாதாரி ஆதா
நமஸ்கார ஸாஷ்டாங்க ஸ்ரீ ஸாயிநாதா

5. ஐஸா யேயீ பாபா

1. ஐஸா யேயீ பாபா ஸாயி திகம்பரா
அக்ஷயரூப அவதாரா ஸர்வஹி வ்யாபக தூ
ச்'ருதிஸாரா அனுஸூயாத்ரிகுமாரா மஹராஜ் யேயீ பாபா(ஐஸா)

2. காசீ' ஸ்நான ஜப ப்ரதி திவஸீ'
கொல்ஹாபுர பிக்ஷேஸீ நிர்மல நதி துங்கா ஜலப்ராசீ'
நித்ரா மாஹுர தேசீ' (ஐஸா)

3. ஜோளீ லோம்பதஸே வாமகரீ
த்ரிசூ'லடமரூ தாரீ
பக்தாவரத ஸதா ஸுககாரீ
தேசீ'ல முக்தீ சாரீ (ஐஸா)

4. பாயீ பாதுகா ஜபமாலா
கமண்டலூ ம்ருக ச்சாலா
தாரண கரிசீ'பா நாகஜடா
முகுட சோ'பதோ மாதா (ஐஸா)

5. தத்பர துஜ்யா யா ஜே த்யாநீ
அக்ஷய த்யாஞ்சே ஸதநீ
லக்ஷ்மீவாஸகரீ தினரஜநீ
ரக்ஷிஸி ஸங்கட வாருநீ (ஜஸா)

6. யா பரித்யான துஜே குரு ராயா
த்ருச்'யகரீ நயனாயா
பூர்ணானந்த ஸுகே ஹீ காயா
லாவிஸி ஹரி குண காயா (ஜஸா)

6. ஸ்ரீ ஸாயிநாத மஹிம்ன ஸ்தோத்ரம் - ஸதா ஸத்ஸ்வரூபம்

1. ஸதா ஸத்ஸ்வரூபம் சிதானந்த கந்தம்
ஜகத் ஸம்பவஸ்த்தான ஸம்ஹார ஹேதும்
ஸ்வபக்தேச்சயா மானுஷம் தர்ச'யந்தம்
நமாமீச்'வரம் ஸத்குரும் ஸாயிநாதம்

2. பவத்வாந்த வித்வம்ஸ மார்த்தாண்ட மீட்யம்
மனோ வாகதீதம் முநிர்த்யான கம்யம்
ஜகத் வ்யாபகம் நிர்மலம் நிர்குணம் த்வாம்
நமாமீச்'வரம் ஸத்குரும் ஸாயிநாதம்

3. பவாம்போதி மக்னார்த்திதானாம் ஜனானாம்
ஸ்வபாதாச்'ரிதானாம் ஸ்வபக்தி ப்ரியாணாம்
ஸமுத்தாரணார்த்தம் கலெள ஸம்பவந்தம்
நமாமீச்'வரம் ஸத்குரும் ஸாயிநாதம்

4. ஸதா நிம்பவ்ருக்ஷஸ்ய மூலாதி வாஸாத்
ஸுதா ஸ்ராவிணம் தித்த மப்யப்ரியந்தம்
தரும் கல்ப வ்ருக்ஷாதிகம் ஸாதயந்தம்
நமாமீச்'வரம் ஸத்குரும் ஸாயிநாதம்

5. ஸதா கல்பவ்ருக்ஷஸ்ய தஸ்யாதி மூலே
பவத்பாவ புத்யா ஸபர்யாதி ஸேவாம்
ந்ருணாம் குர்வதாம் புக்தி முக்தி ப்ரதம் தம்
நமாமீச்'வரம் ஸத்குரும் ஸாயிநாதம்

6. அநேகாச்'ருதா தர்க்ய லீலா விலாஸை:
ஸமா விஷ்க்ருதேசா'ன பாஸ்வத்ப்ரபாவம்
அஹம்பாவ ஹீனம் ப்ரஸன்னாத்ம பாவம்
நமாமீச்'வரம் ஸத்குரும் ஸாயிநாதம்

7. ஸதாம் விச்'ரமா ராம மேவாபிராமம்
ஸதா ஸஜ்ஜனை: ஸம்ஸ்துதம் ஸன்னமத்பி:
ஜனா மோததம் பக்த பத்ர ப்ரதந்தம்
நமாமீச்'வரம் ஸத்குரும் ஸாயிநாதம்

8. ஆஜன்மாத்ய மேகம் பரப்ரஹ்ம ஸாக்ஷாத்
ஸ்வயம் ஸம்பவம் ராமமேவாவதீர்ணம்
பவத் தர்ச'னாத்ஸம் புநீத: ப்ரபோ(அ)ஹம்
நமாமீச்'வரம் ஸத்குரும் ஸாயிநாதம்

9. ஸ்ரீ ஸாயீச' க்ருபாநிதே (அ)கிலந்ருணாந் ஸர்வார்த்த ஸித்திப்ரதா–
யுஷ்மத்பாதரஜ: ப்ரபாவமதுலம் தாதாபி வக்தாக்ஷம:
ஸத்பக்த்யா ச'ரணம் க்ருதாஞ்ஜலிபுட: ஸம்ப்ராப்திதோஸ்மி ப்ரபோ
ஸ்ரீமத் ஸாயீபரேச' பாதகமலாநான்யச்'சரண்யம் மம

10. ஸாயி ரூபதர ராகவோத்தமம்
பக்த காம விபுதத்ருமம் ப்ரபும்
மாயயோபஹத சித்த சு'த்தயே
சிந்தயாம்யஹ மஹர்நிச'ம் முதா

11. ச'ரத் ஸுதாம்சு' ப்ரதிமப்ரகாச'ம்
க்ருபாத பத்ரம் தவ ஸாயிநாதம்

த்வதீய பாதாப்ஜ ஸமாச்'ரிதானாம்
ஸ்வச்சாயயா தாபமபாம்கரோது

12. உபாஸனா தைவத ஸாயிநாத
ஸ்தவைர் மயோபாஸனினா ஸ்துதஸ்த்வம்
ரமேன்மனோ மே தவபாத யுக்மே
ப்ருங்கோ யதாப்ஜே மகரந்தலுபத:

13. அநேக ஜன்மார்ஜித பாபஸம்க்ஷயோ
பவேத் பவத் பாத ஸரோஜ தர்ச'னாத்
க்ஷமஸ்வ ஸர்வாநபராத புஞ்ஜகான்
ப்ரஸீத ஸாயீச' குரோ தயாநிதே

14. ஸ்ரீ ஸாயிநாத சரணாம்ருத பூத சித்தா:
தத்பாத ஸேவனரதா ஸததம் ச பக்த்யா
ஸம்ஸார ஜன்ய துரிதௌக விநிர்கதாஸ்தே
கைவல்யதாம பரமம் ஸமவாப்நுவந்தி

15. ஸ்தோத்ரமேதத் படேத் பக்த்யா
யோ நரஸ்தன்மனா: ஸதா
ஸத்குரோ: ஸாயிநாதஸ்ய
க்ருபா பாத்ரம் பவேத் த்ருவம்

16. ஸாயிநாத க்ருபா ஸர்வத்ரு
ஸத்பத்ய குஸுமாவலி:
ச்'ரேயஸே ச மன: சு'த்யை:
ப்ரேம ஸூத்ரேண கும்ஃபிதா

17. கோவிந்த ஸூரி புத்ரேண
காசீ' நாதாபிதாயினா
உபாஸநீத்யுபாக்யேன
ஸ்ரீ ஸாயி குரவேர்ப்பிதா

(இதி ஸ்ரீ ஸாயிநாத மஹிம்ன ஸ்தோத்ரம் ஸம்பூர்ணம்)

7. ஸ்ரீ குருப்ரஸாத யாசனா தச’கம் - ருஸோ மம

1. ருஸோ மம ப்ரியாம்பிகா மஜவரீ பிதாஹீ ருஸோ
ருஸோ மம ப்ரியாங்கனா, ப்ரிய ஸுதாத்மஜாஹீருஸோ
ருஸோ பகினி பந்துஹீ ச்’வசு’ர ஸாஸுபாயீருஸோ
ந தத்த குரு ஸாயி மா, மஜவரீ கதீஹீருஸோ

2. புஸோ ந ஸுனபாயித்யா, மஜ ந ப்ராத்ரு ஜாயீ புஸோ
புஸோ ந ப்ரிய ஸோயரே, ப்ரிய ஸகே ந ஜ்ஞாதீ புஸோ
புஸோ ஸுஹ்ருத னா ஸகா, ஸ்வஜன நாப்தபந்தூ புஸோ
பரீ ன குரு ஸாயி மா, மஜவரீ கதீஹீருஸோ

3. புஸோ ந அபலா முலே தருண வ்ருத்தஹீநா புஸோ
புஸோ ந குரு தாகுடே மஜந தோரஸானே புஸோ
புஸோ ந ச பலே புரே, ஸுஜன ஸாதுஹீநா புஸோ
பரீ ந குரு ஸாயி மா, மஜவரீ கதீஹீ ருஸோ

4. ருஸோ சதுரதத்வவித விபுத ப்ராஜ்ஞ ஜ்ஞானீ ருஸோ
ருஸோஹி விதுஷீ ஸ்த்ரீயா குச’ல பண்டிதாஹீ ரூஸோ
ருஸோ மஹிபதீ யதீ பஜக தாபஸீஹீ ருஸோ
ந தத்த குரு ஸாயி மா, மஜவரீ கதீஹீ ருஸோ

5. ருஸோ கவி ருஷி முனீ அனக ஸித்த யோகீ ருஸோ
ருஸோ ஹி க்ருஹதேவதாநி, குலக்ராமதேவீ ருஸோ
ருஸோ கல பிசா’ச்ச ஹீ, மலின டாகினீ ஹீ ருஸோ
ந தத்த குரு ஸாயி மா, மஜவரீ கதீஹீ ருஸோ

6. ருஸோ ம்ருக கக க்ருமீ, அகில ஜீவ ஜந்தூ ருஸோ
ருஸோ விடப ப்ரஸ்தரா அசல ஆபகாப்தீ ருஸோ
ருஸோக பவனாக்னிவார் அவனி பஞ்சதத்வே ருஸோ
ந தத்தகுரு ஸாயி மா, மஜவரீ கதீஹீ ருஸோ

7. ருஸோ விமல கின்னரா அமல யக்ஷிணீஹீ ருஸோ
ருஸோ ச'சி' ககாதிஹீ, ககனி தாரகாஹீ ருஸோ
ருஸோ அமரராஜஹீ அதய தர்மராஜா ருஸோ
ந தத்த குரு ஸாயி மா, மஜவரீ கதீஹீ ருஸோ

8. ருஸோ மன ஸரஸ்வதீ, சபலசித்த தேஹீ ருஸோ
ருஸோ வபு திசா'கிலா கடினகால தோஹீருஸோ
ருஸோ ஸகல விச்'வஹீ மயி து ப்ரஹ்மகோளம் ருஸோ
ந தத்த குரு ஸாயி மா, மஜவரீ கதீஹீ ருஸோ

9. விமூட ம்ஹணுநீ ஹஸோ, மஜ ந மத்ஸராஹீ டஸோ
பதாபிருசி உல்ஹஸோ, ஜனனகர்தமீ நா ஃபஸோ
ந துர்க த்ருதிசாதஸோ, அசி'வபாவ மாகே கஸோ
ப்ரபஞ்சி மனஹே ருஸோ, த்ருட விரக்தி சித்தீ டஸோ

10. குணாசிஹி க்ருணா நஸோ, ந ச ஸப்ருஹா கசா'சீ அஸோ
ஸதைவ ஹருதயீ வஸோ, மனஸி த்யானி ஸாயி வஸோ
பதீப்ரணய வோரஸோ, நிகில த்ருச்'ய பாபா திஸோ
ந தத்தகுரு ஸாயி மா, உபரியாசனேலா ருஸோ

8. மந்த்ர புஷ்பம் - புஷ்பாஞ்ஜலீ

ஹரி: ஓம் யஜ்ஞேன யஜ்ஞமயஜந்த
தேவாஸ்த்தானி தர்மாணி ப்ரதமான்யாஸன்
தே ஹ நாகம் மஹிமான: ஸ சந்த யத்ர
பூர்வே ஸாத்யா ஸந்தி தேவா:
ஓம் ராஜாதி ராஜாய ப்ரஸஹ்ய ஸாஹினே நமோ
வயம் வைச்'ரவணாய குர்மஹே
ஸமே காமான் காம காமாய மஹ்யம்
காமேச்'வரோ வைச்'ரவணோததாது

குபேராய வைச்'ரவணாய மஹாராஜாய நம:
ஓம் ஸ்வஸ்தி ஸாம்ராஜ்யம் போஜ்யம் ஸ்வாராஜ்யம்
வைராஜ்யம் பாரமேஷ்ட்யம் ராஜ்யம்
மஹாராஜ்யமாதிபத்ய மயம் ஸமந்தபர்யா
ஈச்'யா ஸார்வபௌம: ஸார்வாயுஷான்
தாதாபரார்தாத் ப்ருதிவ்யை ஸமுத்ர பர்யந்தாயா
ஏகராளிதி ததப்யேஷ ச்'லோகோ(அ)பிகீதோ மருத: பரிவேஷ்டாரோ
மருத்தஸ்யா வஸந்க்ருஹே
அவிக்ஷிதஸ்ய காமப்ரேர்விச்'வே தேவா: ஸபாஸத இதி
ஸ்ரீ நாராயண வாஸுதேவாய ஸச்சிதாநந்த
ஸத்குரு ஸாயிநாத் மஹராஜ் கீ ஜெய்

ப்ரார்த்தனா

கரசரண க்ருதம் வாக் காய்ஜம் கர்மஜம் வா
ச்'ரவண நயனஜம் வா மானஸம்வா(அ)பராதம்
விஹிதமவிஹிதம் வா ஸர்வமேதத் க்ஷமஸ்வ
ஜயஜய கருணாப்தே ஸ்ரீ ப்ரபோ ஸாயிநாத

லல்காரா

ஸ்ரீ ஸச்சிதானந்த ஸத்குரு ஸாயிநாத்மஹாராஜ் கீ ஜெய்
ஓம் ராஜாதிராஜ யோகிராஜ பரப்ரஹ்மஸாயிநாத் மஹராஜ் கீ ஜெய்
ஸ்ரீ ஸச்சிதானந்த ஸத்குரு ஸாயிநாத் மஹாராஜ் கீ ஜெய்

17. இரவு ஆரத்தீ (சேஜார்த்தீ)

(இரவு 10.00 மணிக்கு தூபதீபங்களை காட்டி, பாலை நிவேதனம் செய்து 5 திரி விளக்குடன் இந்த ஆரத்தீ செய்யவும்.)

1. பாஞ்சாஹீதத்வான்சீ ஆரத்தீ (ஓவாளு)

1. ஓவாளு ஆரத்தீ மாஜ்யா ஸத்குருநாதா, மாஜ்யா ஸாயிநாதா
பாஞ்சாஹீ தத்வாஞ்சா தீப லாவிலா ஆதா
நிர்குணாசீ ஸ்த்திதீ கைஸீ ஆகாரா ஆலீ பாபா ஆகாரா ஆலீ
ஸர்வாகடீ பரூநி உரலீ ஸாயி மா உலீ (ஓவாளு)

2. ரஜ தம ஸத்வ திகே மாயா ப்ரஸவலீ, பாபா மாயா ப்ரஸவலீ
மாயேசியே போடீ கைஸீ மாயா உத்பவலீ (ஓவாளு)

3. ஸப்த ஸாகரீ கைஸா கேல் மாண்டீலா பாபா கேல் மாண்டீலா
கேளுணியா கேள் அவகா விஸ்தார கேலா (ஓவாளு)

4. ப்ரஹ்மாண்டீசீ ரசனா கைஸீ தாகவிலீ டோளா
பாபா தாகவிலீ டோளா,
துகாஹ்மணே மாஜா ஸ்வாமீ க்ருபாளுபோளா (ஓவாளு)

2. ஆரத்தி ஜ்ஞானராஜாசீ

1. ஆரத்தி ஜ்ஞான ராஜா, மஹா கைவல்ய தேஜா
ஸேவிதீ ஸாதுஸந்தா, மனுவேதலா மாஜா (ஆரத்தி)

2. லோபலே ஜ்ஞானஜாகீ, ஹித நேணதீ கோணீ
அவதார பாண்டுரங்கா, நாம டேவிலே ஜ்ஞானீ (ஆரத்தி)

3. கனகாசே தாட கரீ, உப்யா கோபிகா நாரீ
நாரத தும்புர ஹோ, ஸாமகாயன கரீ (ஆரத்தி)

4. ப்ரகட குஹ்ய போலே, விச்'வ ப்ரஹ்மசீ கேலே
ராம ஜனார்தனீ, பாயீ மஸ்தக டேவிலே (ஆரத்தி)

3. ஆரத்தி துகாராமாசீ

1. ஆர்த்தி துகாராமா, ஸ்வாமி ஸத்குரு தாமா
ஸச்சிதானந்த மூர்த்தீ, பாய தாகவீ ஆஹ்மா (ஆரத்தி)

2. ராகவே ஸாகராத், ஜைஸே பாஷாண் தாரிலே
தைஸே ஹே துகோபாசே, அபங்க் ரக்ஷிலே (ஆரத்தி)

3. தூகிதா துலநேஸீ, ப்ரஹ்மதுகாஸீ ஆலே
ஹ்மணோனி ராமேச்'வரே சரணீ மஸ்தக் டேவிலே (ஆரத்தி)

4. ஜெய ஜெய ஸாயிநாதா

1. ஜெய ஜெய ஸாயிநாதா ஆதா பஹூடாவே மந்திரீ ஹோ
ஆளவிதோ ஸப்ரேமே துஜலா ஆரத்தி கேவுனி கரீஹோ (ஜெய)

2. ரஞ்ஜவிஸீ தூ மதுர போலுனீ மாயஜசீ' நிஜமுலா ஹோ (2 முறை)
போகிஸி வ்யாதீ தூச ஹரூநியா நிஜ ஸேவக து:காலா ஹோ (2 முறை)
தாவுனி பக்தவ்யஸன ஹரீஸீ தர்ச'ன தேஸீ த்யாலா ஹோ(2 முறை)
ஜாலே அஸதில கஷ்ட அதீச'ய துமசே யா தேஹாலா ஹோ(ஜெய)

3. க்ஷமா ச'யன ஸுந்தர ஹீ சோ'பா ஸுமனசே'ஜ த்யாவரீ ஹோ(2 முறை)
க்யாவீதோடீ பக்தஜனாசீ பூஜார்ச்சன கரீஹோ (2 முறை)
ஓவாளீதோ பஞ்சப்ராண ஜ்யோதீ ஸுமதீ கரீஹோ (2 முறை)
ஸேவா கிங்கர பக்தப்ரீதீ அத்தர்பரிமள வாரீ ஹோ (ஜெய்)

3. ஸோடுநி ஜாயா துக்க வாடதே பாபா த்வ சரணாஸிஹோ(2 முறை)

4. ஆஜ்ஞேஸ்தவ ஹா ஆசீ'ப்ரஸாத கேவுனிநிஜ
ஸதனாஸீ ஹோ (2 முறை)
ஜாதோ ஆதா யேவூ புனரபி த்வச்சரணாசே பாசீ'ஹோ (2 முறை)
உடாவூ துஜலா ஸாயிமா உலே நிஜஹித ஸாதாயாஸீ ஹோ
(ஜெய - மந்திரீஹோ)

5. ஆதா ஸ்வாமீ ஸுகே

1. ஆதா ஸ்வாமீ ஸுகே நித்ரா கரா அவதூதா, பாபா கரா ஸாயிநாதா
சின்மய ஹே ஸுக தாமா ஜா உனி பஹுடா ஏகாந்தா
வைராக்யாசா குஞ்சா கேஉனி செளக ஜாடீலா,
பாபா செளக ஜாடீலா
தயாவரீ ஸுப்ரேமாசா சி'டகாவா திதலா (ஆதா)
2. பாயகட்யா காதல்யா ஸுந்தர நவவிதா பக்தி, பாபா நவவிதா பக்தி
ஜ்ஞானாந்ச்யா ஸமயா லாவுனி உஜலாள்யா ஜ்யோதீ (ஆதா)
3. பாவார்த்தாம் சா மஞ்சக ஹ்ருதயாகாசி' டாங்கிலா,
ஹ்ருதயா காசி'டாங்கிலா மனாசீ ஸுமனே கரூனீ
கேலே சே'ஜேலா (ஆதா)
4. த்வைதாசே கபாடலாவுனி ஏகத்ர கேலே, பாபா ஏகத்ரகேலே
துர்புத்தீச்யா காந்டீ ஸொடுனி படதே ஸோடீலே (ஆதா)
5. ஆசா'த்ருஷ்ணா கல்பநேசா ஸோடுனி கலபலா
பாபா ஸோடுனி கலபலா
தயா க்ஷமா சா'ந்தீ தாஸீ உப்யா ஸேவேலா (ஆதா)
6. அலக்ஷ்ய உன்மனீ கேவுனி நாஜுக துச்'சா'லா
பாபாநாஜுக துச்'சா'லா
நிரஞ்ஜன ஸத்குரு ஸ்வாமீ நிஜவிலே சே'ஜேலா (ஆதா)

ஸத்குரு ஸாயினாத் மஹராஜ்கீ ஜெய்,
ஸ்ரீ குரு தேவதத்த

6. ப்ரஸாத் மிளண்கரிதா (அபங்க்)

1. பாஹே ப்ரஸாதாசீ வாட, த்யாவே துவோனியா தாட
2. சே'ஷ கேவுனி ஜாயீன, துமசே ஜாலியா போஜன
3. ஜாலோ ஆதா ஏகஸவா துஹ்மா ஆளுவாவோ தேவா (சே'ஷ)
4. துகாஹ்மணே ஆதா சித்த கரூனி ராஹிலோ நிச்'சி'த (சே'ஷ)

7. ப்ரஸாத் மிள்யானந்தர் (பத)

1. பாவலா ப்ரஸாத ஆதா விடோ நிஜாவே –பாபா ஆதா நிஜாவே
ஆபுலாதோ ச்’ரம களோ யேதஸே பாவே

2. ஆதா ஸ்வாமீ ஸுகே நித்ரா கரா கோபாளா, பாபா ஸாயீதயாளா
புரலே மனோரதா ஜாதோ ஆபுளோஸ்த்தளா (ஆதா)

3. துஹ்மாஸீ ஜாகவூ ஆஹ்மா ஆபுல்யா சாடா, பாபா ஆபுல்யா சாடா
சு’பாசு’ப கர்மே தோஷ ஹராவயா பீடா (ஆதா)

4. துகாஹ்மணே திதலே உச்சிஷ்டாசே போஜன்,
பாபா உச்சிஷ்டாசே போஜன்
நாஹி நிவடிலே ஆஹ்மா ஆபுல்யாபின்னா (ஆதா)

லல்காரா

ஸ்ரீ ஸச்சிதானந்த ஸத்குரு ஸாயிநாத்மஹராஜ் கீ ஜெய்
ஓம் ராஜாதிராஜ யோகிராஜ பரப்ரஹ்மஸாயிநாத் மஹராஜ் கீ ஜெய்
ஸ்ரீ ஸச்சிதானந்த ஸத்குரு ஸாயிநாத் மஹராஜ் கீ ஜெய்

சேஜாரத்தி முடிவுற்றது.

சீ’ரடியில் நடைபெற்றுக் கொண்டிருக்கும் நான்கு ஆரத்தீகளும் விசேஷமானது அதனால் அவரவர்களது பூஜையின் நேரத்திற்கேற்ப அந்த ஆரத்தீயைப் படிக்கலாம் அல்லது 4 ஆரத்தீகளையும் அந்தந்த நேரத்தில் படிக்கலாம்.

18. க்ருபாகரா குருராஜ

1. ஸாயிநாத மஹாராஜா ஆதா க்ருபா கரா குருராஜா (ஸாயி)
த்ரிவிததாப ஹா பாடீ லாங்காலா காந்ஹீம் ந ஸு'சே காஜ (ஆதா)
2. மனோவ்ருத்தி ஹ்யா கிதீதரி உஸளதீ,
உதரீம் யாஞ்சா மாஜ (ஆதா)
3. ஹரிஸீ ஜெய்ஸா தீன்ஜனாசே வ்யஸன கஸுனீ மாஜ (ஆதா)
4. க்ருஷ்ணதாஸ த்வச்சரணீ ஜாலா லீன த்யஜுனி
ஜனலாஜ (ஆதா)

19. உபஸம்ஹார - க்யா கியா (மானஸ போத)

1. க்யாகியா மன சி'ரடீ ஆகரா ஸாயிநாத நா சினாரே
தேச' தேச்' கூம சி'ரடீ ஆயா ஸாயிதர்ச'ன் லீயாரே
காயா பியா ஸுக்ஸே ஸோயா விசாரா நா கச்சு கியாரே (க்யா)
2. ஓட ஹாட பீட மந்திர ஸுந்தர தாதா மாத ஸப் தேகாரே
ஜ்ஞான நயானாஸே ஸாயீநாத ஹ்ருன்மந்திர் கோ நா
நிரக்காரே (க்யா)
3. பாட பாடகே ஃபலே மேவா ஔர் ச'க்கர திலபர பாக்காரே
ஜ்யோ ந துனே ஸ்ரீஸாயிநாத முக ஸ்வப்ரேம வாசன ரஸ
சக்காரே (க்யா)
4. தாட மாடஸே பூஜன கர் தன் மாங்கா உதானா தீயாரே
நாடெகெ ஸப்ரேம பாவ கோ ஃபிராஃபிர், ஃபிர் பச்தாயாரே
(க்யா)
5. தின்பர்ரா கூப் ஸேவா கீணீ ஔட பீட லபடாயாரே
ஒடெ பீட தனி லபடானா காதிர் காமகோப நா கோயாரே (க்யா)

6. ஸாயி ந ஹிந்து யவன, ஜப் மானா ஸுகசரனோ துக்க பாயாரே
பாஞ்செகே அவதாரா சரிதகா கோபஜுன் தில்பிச லாயாரே(க்யா)

7. தன் தௌலத் ஔர்மந்திர மாந்தீ சாண்ட ஜோக ஜட லியாரே
தனக் தனக் பே காம காமஸே ரூட ஜோகபல கோயாரே (க்யா)

8. ஸாயிநாத மா தாத கோஸாயி ஜான மான ஸப் தஜனாரே
வோஹீ ராம ஔர் க்ருஷ்ண பரா ஹை ஸப் கட்கட் நா ஜானாரே
(க்யா)

லல்காரா

அனந்த கோடி ப்ரஹ்மாண்ட நாயக
ராஜாதி ராஜ யோகிராஜ பரப்ரஹ்ம
ஸ்ரீ ஸச்சிதானந்த ஸத்குரு
ஸாயிநாத் மஹராஜ் கீ ஜய்
ஸ்ரீ குருதேவ மஹராஜ் கீ ஜய்

20. ஸாயி சாலீஸா

சீ'ரடி வாஸா ஸாயிப்ரபோ –
நீயே ஜகத்தின் பாதுகாவலர்
தத்த திகம்பர அவதாரம் –
உன்னில் சிருஷ்டி விவகாரம்
த்ரிமூர்த்திரூபா ஓ ஸாயீ –
கருணையோடு காப்பாய் ஓ ஸாயீ
தரிசனம் கொடுக்க வாருங்கள் –
முக்திக்கு மார்கம் காட்டுங்கள் (சீ'ரடி)
கந்தலாடையே(கப்னி) பொன்னாடையாய் –
ஜோல்னா பையே தோளின் அணிகலனாய்

வேப்ப மரத்தினடியில் தோன்றி –
  பக்கிரி ரூபத்தில் வலம் வந்தாய்
கலியுகத்தில் நீ அவதரித்தாய் –
  பொறுமை தியாகம் கற்றுக் கொடுத்தாய்
சீ'ரடி கிராமம் உன்வாசம் –
  பக்தர்கள் மத்தியில் உன் ரூபம்
சாந்த் பாட்டீல் ஆழ்ந்தார் கவலையிலே –
  குதிரையை இருமாதம் காணவில்லையே
ஸாயி நீ அவனுக்கு இரங்கினாய் –
  தொலைந்த குதிரையை மீட்டுத் தந்தாய்   (சீ'ரடி)

எண்ணெய்க்குப் பதிலாய் நீரூற்றியுமே –
  ஒளி கொடுத்தாய் நீ ஜோதிக்குமே
அதனைக் கண்டவர் மெய் மறந்தனரே –
  கேட்டவர் வியப்பு மாளவில்லையே
தாத்யாவின் உயிர் ஊசலாடியதும் –
  தந்தாயே நீ உன் ஆயுளையும்
தாய் பாய்ஜா செய்த சேவையினால் –
  தாத்யா உயிரை காத்தாயே!   (சீ'ரடி)

பசு, பட்சிகளிடம் இரக்கம் கொண்டாய் –
  அன்பாலேயே எமக்கு அரசனானாய்
எல்லோர்பாலும் உன் அருள் நோக்கு –
  பக்தனுக்களித்தாய் அமுத வாக்கு
உன் வாயில் படியில் நின்றேனே –
  உன்னையே என்றும் துதித்தேனே
அபயம் தந்து காப்பாற்று ஸாயீ–
  கருணை காட்டு சீ'ரடி ஸாயீ   (சீ'ரடி)

உன்னுடைய அருளால் துவாரகாமாயீ –
பாக்கியமடைந்ததே ஓ ஸாயீ
உன் துனியின் ஜ்வாலை பட்டதுமே –
பாவம் போனது சட்டெனவே
பிரளய மழையை சொல்லால் தடுத்து –
பக்தர்களைக் காப்பாற்றினாய்
கோதுமையை அரைத்தாய் அரவையிலே –
அரவையில் காலராவும் அரைந்தனதே (சீ'ரடி)

மூலே சாஸ்திரி என்ற அந்தண ஸ்வாமிக்கு –
உனது லீலைகளைக் காட்டினாயே
விஷப் பாம்பு சாமாவை தீண்டியதுமே –
விஷமிறக்கி அருளினாய் ஜீவனுமே
பக்த பீமாஜிக்கு க்ஷயரோகம் –
பொறுமை இழந்தான் பீமாஜி
உதி வைத்தியம் செய்து –
வியாதியை மாயம் செய்தாயே
காகாஜி கண்டார் உன் திவ்ய ரூபம் –
அவருக்கு அளித்தாய் நீ விட்டல ரூபம்
தாமுவிற்கு அளித்தாய் சந்தானம் –
அவர் மனம் பெற்றதே சந்தோஷம் (சீ'ரடி)

கருணாமூர்த்தி கருணை யுடைனே –
எங்கள் மீது இரக்கம் காட்டு
அனைத்தும் உனக்கே அர்ப்பணமே –
எங்கள் பக்தி பெருகட்டுமே
மேகாவும் உன்னை அறியாமலே –
முஸ்லீம் என பேதம் கொண்டானே

உன்னில் காட்டினாய் சிவனையுமே –
மேகாவும் அடைந்தான் பரமபதமே (சீ'ரடி)

மருத்துவருக்கு அளித்தாய் ஸ்ரீ ராம ரூபம் –
பல்வந்தருக்கு அளித்தாய் ஸ்ரீ தத்த ரூபம்
நிமோன்கருக்கு அளித்தாய் மாருதி ரூபம் –
சிதம்பரத்திற்கு அளித்தாய் கணபதி ரூபம்
மார்த்தாண்டருக்கு அளித்தாய் கண்டோபா –
கணூக்கு சத்யதேவனாக
நரஸிம்ம ஸ்வாமியாய் ஜோசிக்கு –
தரிசனம் தந்தாய் ஸ்ரீ ஸாயீ (சீ'ரடி)

இரவும் பகலும் உன் தியானம் –
நித்யம் உன் லீலாபடனம்
பக்தியோடு செய்வாய் தியானம் –
கிடைக்கும் முக்தி மார்கம்
உன் பதினொன்று வாக்குகள் –
பாபா அது எங்களுக்கு வேதங்கள்
சரணம் என்று வந்த பக்தர்களை –
கருணை காட்டி நீ காப்பாற்றினாய் (சீ'ரடி)

எல்லாவற்றிலும் உன் ரூபம் –
உன் மகிமை அதிக சக்தி மயம்
ஓ ஸாயீ நாங்கள் அஞ்ஞானிகள் –
தாருமய்யா எங்களுக்கு ஞானத்தையே
சிருஷ்டிக்கு நீயே மூலம் –
ஸாயீ நாங்கள் உன் சேவகர்கள்
ஸாயி நாமம் ஜெபித்துமே –
நித்யம் ஸாயியை பிரார்த்திப்போம் (சீ'ரடி)

பக்தியை நன்கு அறிந்து –

ஸாயியை மனதில் நினைத்துக்கொண்டு

மனதோடு ஸாயி தியானம் –

அனுதினமும் செய்ய வேண்டும்

பாபா எரித்த உதி –

நிவாரணம் தரும் அனைத்து வியாதி

சமாதியிலிருந்து ஸ்ரீ ஸாயி –

பக்தர்களை காப்பாற்றுவார் ஸ்ரீ ஸாயீ (சீ'ரடி)

நம் கேள்விக்கு பதிலில் –

தருவார் ஸ்ரீ ஸாயி சரித்திரம்

கேளுங்கள் அல்லது படியுங்கள் –

ஸாயி சத்தியம் என்பதை உணருங்கள்

ஸத் சங்கம் செய்யுங்கள் –

ஸாயி ஸ்வப்பனத்தில் தோன்றுவாரே

பாரபட்சத்தை விடுங்கள்

ஸாயியே நமது ஸத்குரு (சீ'ரடி)

வந்தனமய்யா பரமேசா –

ஆபத்பாந்தவா ஸாயீசா'

எங்கள் பாவங்களை கரையேற்றி –

மனதில் உள்ள கோரிக்கையை நிறைவேற்று

கருணாமூர்த்தி ஓ ஸாயீ–

கருணையோடு எங்களை கரையேற்று

எங்கள் மனமே உன் ஆலயம் –

எங்கள் சொற்களே உனக்கு நைவேத்தியம் (சீ'ரடி)

ஸ்ரீ ஸச்சிதானந்த ஸமர்த்த ஸத்குரு ஸ்ரீ ஸாயிநாத் மஹாராஜ் கீ ஜய்!

ஓம் சா'ந்தி: சா'ந்தி: சா'ந்தி:

21. ஆரத்தீ (1)

ஆரத்தி எடுப்போம் ஸ்ரீ ஸாயீ உமக்கே.
ஆரத்தி எடுப்போம் வியாழக்கிழமையுமே.
பரமானந்த சுகத்தினை அளிப்பாயே.
தயையுடன் எமக்கருள் செய்வாயே.
துக்க, சோக, சங்கடம் தீர்த்தருள்வாயே.
வாழ்வில் ஆனந்தம் பொங்க அருள்வாயே.
என் மனதில் உன்னை நினைத்ததுமே,
அக்கணமே வந்து அனுபவம் தந்தாயே.
உந்தன் திருஉதி நெற்றியில் இட்டதுமே
அனைத்துதொல்லைகள் தொலைந்தனவே.
ஸாயி நாமமே தினமும் ஜபித்தோமே.
நொடியினும் உம்மை யாம் பிரியோமே.
வியாழக்கிழமை உன்னை பூஜித்தோமே.
தேவா! உன் கிருபையால் நலம் அடைந்தோமே.
ராம, கிருஷ்ண, ஹனுமான் ரூபத்திலே
அழகு தரிசனம் எமக்களிப்பாயே
பல மத முறையில் பூஜித்ததுமே
பக்தர் குறை கேட்டருள் புரிவாயே.
ஸாயியின் நாமம் வெற்றி நல்கிடுமே.
தேவா! வெற்றியின் அர்த்தம் நீதானே
ஸாயிதாஸனின் ஆரத்தி பாடுபவனுமே
சர்வ சுகம், சாந்தி வளம் பெறுவானே.   (ஆரத்தி)

22. ஆரத்தீ (2)

ஜயதேவ ஜயதேவ ஸாயி மஹராஜ ஸ்ரீ ஸாயி மஹராஜ
ஓவாளீதோம் பாவோம் ஆரத்தி யோகிராஜா (ஜயதேவ)

அகடித கடநா கடலீ பக்த ஜனாம் லாட்டீ
ஸாயி ரூபாநேம் ஆலே ஜகதீம் ஜகஜேட்டீ

அகாத ஹீ குருலீலா ந களே கோணாலா
மங்கல மனந்த–மஹிமா ஸகலாம் தாவியலா (ஜயதேவ)

பஸலாம் பாந்துநி பாரிக சிந்த்யாம் சா ஜோலா
ஆத்மபலாசா தேவ்ஹாம் நவ ப்ரத்யய ஆலா
தேலாம் வாசுநி ஸஹஜீ பணாத்யா பேடவில்யா
அநந்த அஸல்ய லீலா ஜகதாஸா திசல்யா (ஜயதேவ)

அசோத கீதீஹி மோடயா பாபாம்த்யா ராசீ'
நாம ஸ்மரணேம் அவத்யா ஜாதீ விலயாஸீ
க்ருபா ப்ரஸாதே லாபே ஸகலஹி ஸம்ருத்தீ
குச'ல கராயா யேதி த்யா ருத்தீ ஸித்தீ (ஜயதேவ)

சீ'ரடி வாஸீ ஸ்வாமீ ஸ்ரீ ஸத்குரு நாதா
துமச்யா சரணீம் ஆதாம் டேவியலா மாதா
உமிலிந்த மாதவ காதோ குண கௌரவ பாவே
துரித ஹராவேம் தர்ச'ந தேவூநீ சு'ப வ்ஹேம் (ஜயதேவ)

ஜய ஜய ஸ்வாமீ ஸாயி ராஜ தாரீ தூ மஜ ஸத்குரு ராஜ
ஸாயி மாவூலீ மாஜே ஆயீ மஜலா டாவ த்யாவா பாயீ

23. மங்கள ஆரத்தீ

ஸ்வாமி ஸாயி நாதாய சி'ர்டி க்ஷேத்ர வாஸாய
மாமகா பீஷ்டதாய மஹித மங்களம் – ஸ்வாமி

லோக நாதாய பக்த லோக ஸம்ரக்ஷகாய
நாகலோக ஸ்துத்யாய நவ்ய மங்களம் – ஸ்வாமி

பக்த ப்ருந்த வந்திதாய ப்ரஹ்ம ஸ்வரூபாய
முக்தி மார்க போதகாய பூஜ்ய மங்களம் – ஸ்வாமி

ஸத்ய தத்வபோதகாய சாது வேஷாயதே
நித்ய மங்கள தாயகாய நித்ய மங்களம் – ஸ்வாமி